பாப்லோ நெரூதா

கவிதைகள்

தமிழில்:
சுகுமாரன்

பாப்லோ நெரூதா கவிதைகள்
பாப்லோ நெரூதா
தமிழில்: சுகுமாரன்
© சுகுமாரன்

மூன்றாம் பதிப்பு: ஜூலை 2023
இரண்டாம் பதிப்பு: டிசம்பர் 2019 (பரிசல்)
முதல் பதிப்பு: டிசம்பர் 2004 (உயிர்மை)
பக்கங்கள்: 232

வெளியீடு: பரிசல் புத்தக நிலையம்
235, P பிளாக், எம்.எம்.டி.ஏ. காலனி,
அரும்பாக்கம், சென்னை 600 106
parisalbooks@gmail.com
தொடர்புக்கு: 93828 53646, 88257 67500

அட்டை, புத்தகம் வடிவமைப்பு: பா. ஜீவமணி, 96000 99112
அச்சகம்: Compu Printers, Chennai 600 086

விலை: ரூ 290 (கெட்டி அட்டை: ரூ 350)

Pablo Neruda Kavithaikal
Translated by Sukumaran
© Sukumaran

Third Edition: July 2023
Second Edition: December 2019 (Parisal)
First Edition: December 2004 (Uyirmai)
Pages: 232

by Parisal Putthaga Nilayam
235, P Block, MMDA Colony,
Arumbakkam, Chennai 600 106
Contact: 93828 53646, 88257 67500 | parisalbooks@gmail.com

Wrapper, Book Layout: B Jeevamani, 96000 99112
Printed by: Compu Printers, Chennai 600 086

Price: Rs. 290 (Hard Bound Rs. 350)
ISBN: 978-81-94456-01-8

சுகுமாரன் (1957)

கவிஞர், கட்டுரையாளர், புனைகதை ஆசிரியர், ஊடகப் பணியாளர் என பல தளங்களில் செயல்பட்டு வருபவர். மொழியாக்கங்களிலும் தொடர்ந்து ஈடுபட்டு வருகிறார். மலையாளத்திலிருந்தும் ஆங்கிலம் வழியாகவும் இருபதுக்கும் மேற்பட்ட நூல்களைத் தமிழாக்கம் செய்திருக்கிறார். பெண் வழிகள் (மலையாளப் பெண் கவிஞர்களின் ஆக்கங்கள்), கவிதையின் திசைகள் (உலகக் கவிஞர்கள் எட்டு பேரின் கவிதைகள்) பாப்லோ நெரூதா கவிதைகள் ஆகியவை குறிப்பிடத்தக்க கவிதை மொழிபெயர்ப்புகள். காலச்சுவடு இதழின் பொறுப்பாசிரியர்.

மின் அஞ்சல்: nsukumaran@gmail.com

உள்ளடக்கம்

- இரண்டாம் பதிப்பின் முன்னுரை – சுகுமாரன் 9
- நெரூதா அனுபவம் – சுகுமாரன் 16
- நான் பிறந்தது தீர்ப்பு சொல்வதற்கல்ல; நேசிக்க. – சுகுமாரன் 29

1. என் கவிதையில் கடவுள் 45
2. காதல் 46
3. இறுகிய ஆன்மா 47
4. ஒவ்வொரு நாளும் நீ விளையாடுகிறாய்... 48
5. நீ மௌனமாக இருப்பதை... 50
6. அந்தி நேரத்தில் என் ஆகாயத்தில் 52
7. இன்றிரவு என்னால் எழுத முடியும் 53
8. நிராசையின் பாடல் 55
9. மனைவியை இழந்தவனின் டாங்கோ 58
10. மரணம் மட்டும் 61
11. சுற்றி அலைதல் 63
12. புலம்பலுடன் ஒரு பாடல் 66
13. நடன இசை (வால்ட்ஸ்) 68
14. நான் சில விஷயங்களை விளக்குகிறேன் 70
15. ஸ்பெயின் எவ்வாறு இருந்தது? 73
16. போருக்குப் பிந்தைய நிலக்காட்சி 74
17. சிலியைக் கண்டுபிடித்தவர்கள் 75
18. எனது அரசியல் கட்சிக்கு 76
19. சர்வாதிகாரிகள் 77

☐	மாச்சு பிச்சுவின் சிகரங்கள் – ஒரு முன் குறிப்பு	78
20.	மாச்சு பிச்சுவின் சிகரங்கள் I	79
21.	மாச்சு பிச்சுவின் சிகரங்கள் II	80
22.	மாச்சு பிச்சுவின் சிகரங்கள் III	83
23.	மாச்சு பிச்சுவின் சிகரங்கள் IV	84
24.	மாச்சு பிச்சுவின் சிகரங்கள் V	86
25.	மாச்சு பிச்சுவின் சிகரங்கள் VI	87
26.	மாச்சு பிச்சுவின் சிகரங்கள் VII	89
27.	மாச்சு பிச்சுவின் சிகரங்கள் VIII	91
28.	மாச்சு பிச்சுவின் சிகரங்கள் IX	94
29.	மாச்சு பிச்சுவின் சிகரங்கள் X	96
30.	மாச்சு பிச்சுவின் சிகரங்கள் XI	99
31.	மாச்சு பிச்சுவின் சிகரங்கள் XII	101
32.	யுனைடெட் ஃப்ரூட் கம்பெனி	104
33.	மது	106
34.	அரசி	108
35.	குயவன்	109
36.	மலையும் நதியும்	110
37.	மகிழ்ச்சியற்ற ஒருத்தி	111
38.	கடலின் கிழவிகள்	113
39.	செஸார் வயெஹோவுக்கு ஒரு பாடல்	114
40.	உடைகளுக்கு ஒரு பாடல்	117
41.	உப்புக்கொரு பாடல்	120
42.	தக்காளிப்பழங்களுக்கு ஒரு பாடல்	122
43.	பூனைக்கு ஒரு பாடல்	124
44.	நிர்வாண அழகிக்கு ஒரு பாடல்	127
45.	துக்கத்தை விட...	129
46.	எத்தனை காலம்?	130
47.	ஏராளமான பெயர்கள்	132
48.	குளிர்கால ஒப்பந்தம்	134
49.	கடற்கன்னியும் குடிகாரர்களும்	138
50.	நகரத்துக்குத் திரும்பிப் போனபோது	140

51.	குதிரைகள்	143
52.	மூன்று கடற்பறவைகள்	145
53.	வனத்தில் வழிதவறிய நான்...	146
54.	நான் திரும்ப வருவேன்	147
55.	பாறையில் ஓர் உருவம்!	148
56.	சிங்கம்	149
57.	நீ என்னை மறந்தால்...	151
58.	நிலவறையில் எனக்காக ஓர் இடம்...	153
59.	அதிகமொன்றுமில்லை	154
60.	கடல் ஆமை	155
61.	உனக்கு என்ன ஆயிற்று?	156
62.	வீடு	158
63.	கிரகம்	159
64.	கடல்	160
65.	வசந்தம்	161
66.	தண்ணீர்	162
67.	கவிஞரின் கடமை	163
68.	சொல்	165
69.	மக்கள்	168
70.	பிறப்பு	173
71.	தந்தை	175
72.	கவிதை	177
73.	அநீதி	179
74.	கவிதை – உணவு	181
75.	காதல்: தெளுசா	182
76.	காதல்: ஜோஸி பிளிஸ்	184
77.	காதல்: டெலியா	186
78.	உறக்கமின்மை	189
79.	பூமியே, எனக்காகக் காத்திரு	190
80.	கீழை நாடுகளில் மதம்	191
81.	ஞாபகம்	192
82.	நான் இங்கே இருக்கிறேன்	193
83.	கடைசியில் அங்கே ஒருவரும் இல்லை	194

84.	என் மக்கள்	195
85.	கம்யூனிஸ்டுகள்	196
86.	கொடி	197
87.	புத்தகத்தின் மீதான காதல்	198
88.	வினை	200
89.	வியத்நாமில்...	201
90.	கியூபா எழுகிறது	204
91.	இவ்வாறு என் வாழ்க்கை	206
92.	என்னை மன்னிக்கவும்	207
93.	வாழ்க, விருந்தாளியே!	208
94.	கேள்விகளின் புத்தகம் I	209
95.	கேள்விகளின் புத்தகம் III	210
96.	கேள்விகளின் புத்தகம் XXXIX	211
97.	கேள்விகளின் புத்தகம் XLV	212
98.	எல்லோரையும் அலுப்படையச் செய்ய ஒரு சோகப்பாடல்	213
99.	உண்மை, தோழரே, இது தோட்டங்களின் நேரம்	215
100.	மாபெரும் மூத்திரக்குடுக்கை	217
☐	ஒளிமயமான நகரத்தை நோக்கி	219

(நெரூதா நிகழ்த்திய நோபல் இலக்கிய விருது ஏற்புரை)

இரண்டாம் பதிப்பின் முன்னுரை

பாப்லோ நெரூதாவின் மறைவுக்கு பின்பு எழுதிய நினைவுக் குறிப்பில் கவிஞரும் நெரூதாவின் மாணவரும் நண்பரும் அண்டை வீட்டவருமான நிக்கனார் பாரா இவ்வாறு எழுதினார்:

'நான் நெரூதாவின் திடீர் வாசகன் அல்லன். பகுத்தறியக் கற்றுக்கொண்டது முதலே நெரூதா என்னை ஈர்த்திருந்தார். ஒருமுறையாவது அவரைப் பற்றிச் சிந்திக்காமல் ஒருநாளும் கடந்து சென்றதில்லை'.

பாராவின் தகுதியோ நெரூதாவுடன் அவருக்கிருந்த அணுக்கமோ எனக்கு இல்லை. எனினும் அம் மேற்கோள் வாசகங்களை என்னுடையவையாகவும் சொல்லிக் கொள்ளும் உரிமை இருப்பதாக நம்புகிறேன். இந்த நூலின் முதல் பதிப்புக்கு எழுதிய முன்னுரையில்

'கவிஞனாக எனது ஆதார அக்கறைகளைப் பக்குவப் படுத்தியதிலும் மனிதனாக எனது தார்மீக உணர்வுகளைக் கூர்மைப்படுத்தியதிலும் செல்வாக்குச் செலுத்திய ஆளுமைகளில் நெரூதாவும் ஒருவர்'

என்று உரிமை பாராட்டிக் கொண்டதும் கூட அந்த நம்பிக்கையில்தான். பாராவைப்போல ஒரு நாளைக்கு ஒருமுறை நினைக்கிறேனோ இல்லையோ கவிதையெழுத்தின் தருணங்களிலும் கவிதை பற்றிச் சிந்திக்கும் வேளைகளிலும் கவிதை மீதான உரையாடல் பொழுதுகளிலும் நெரூதாவின் நினைவு எழாமல் இருந்ததில்லை.

இந்த நூலின் முதல் பதிப்பு 2005 ஆம் ஆண்டு வெளிவந்தது. அதுவரை நெரூதா மீதும் அவர் கவிதைகள் மீதும் கொண்டிருந்த மோகம் மொழியாக்கப் பணிக்குப் பின்னர் முன்னை விடவும் அதிகமாயிற்று. எப்போதும் தொடர்ந்து வாசிக்கும் ஆசைக்குரிய கவிஞராக நிலைபெற்றார். இது என் தனியனுபவம் மட்டுமல்ல. உலகெங்குமுள்ள கவிதை வாசகர்களின் பொது அனுபவமும் கூடதான்.

2004 இல் நெரூதாவின் நூற்றாண்டு கொண்டாடப்பட்டது. அதையொட்டி அவரது பெயர் இலக்கிய முக்கியத்துவம் பெற்றது. அவரது கவிதைகள் புதிய பதிப்புகளைக் கண்டன. புதிய மொழிபெயர்ப்புகளும் மேற்கொள்ளப்பட்டன. மறைவுக்குப் பிறகான கவிதைகள் தொகுக்கப்பட்டன. அதுவரை வெளியாகியிராத கவிதைகள் கண்டுபிடிக்கப்பட்டன. நூற்றாண்டைச் சிறப்பிக்கும் வகையில் அவரது வாழ்க்கை வரலாறு *'பாப்லோ நெரூதா - வாழ்வுக்கான வாஞ்சை'* ஆடம் ஃபெயின்ஸ்டீனால் எழுதி வெளியிடப்பட்டது. நெரூதாவின் மனைவி மெட்டில்டே உருஷியா எழுதிய *'பாப்லோ நெரூதாவுடன் என் வாழ்க்கை'* என்ற தன் வரலாற்று நூலின் ஆங்கில மொழி பெயர்ப்பு வெளிவந்தது. நெரூதாவின் மரணத்தைத் துப்பறியும் கதையோட்டமாக விவரிக்கும் ராபர்ட்டோ அம்புயேரோவின் நாவல் *'தி நெரூதா கேஸ்'* வெளியிடப்பட்டது. *2004-2019* ஆண்டுகளின் இடைவெளியில் எனக்கு வாசிக்கக் கிடைத்தவை இந்த நூல்கள். இவற்றின் உள்ளடக்கங்கள் நெரூதா மீதான என் பித்தை முற்றச் செய்தன.

மானுடப் பெருவாழ்வின் ஒவ்வொரு அணுவையும் உயிர்ப்புடன் சித்தரித்த, முடிவற்ற காலத்தின் ஒவ்வொரு நொடியையும் கவிதையின் ஓயாத் துடிப்பாக்கிய, பிரபஞ்சத்தின் ஒவ்வொரு அசைவையும் தனது அசைவாக மாற்றிக் காட்டிய பேராளுமையின் பிடிக்குள் சிக்குண்டு கிடப்பது பேறல்லவா? அந்தப் பேறு வாழ்நாள் முழுவதும் தொடரவேண்டும் என்பதே என் பேராசை. இந்த இரண்டாம் பதிப்புக்கான தூண்டுதல் அந்தப் பேராசையே.

'எந்த மொழியை எடுத்துக்கொண்டாலும் இருபதாம் நூற்றாண்டின் மகத்தான கவிஞர்' என்று பாப்லோ நெரூதாவை மதிப்பிட்டார் காப்ரியேல் கார்சியா மார்க்கேஸ். இருபதாம்

நூற்றாண்டில் மட்டுமல்ல; இருபத்தொன்றாம் நூற்றாண்டிலும் அவரே மகத்தான கவிஞர். நெரூதா மறைந்து ஏறத்தாழ அரை நூற்றாண்டு ஆகிறது. இந்தக் கால அளவில் அவர் அளவுக்கு உலகளாவிய செல்வாக்குப் பெற்ற ஒரு கவிஞரின் பெயரைக் கேள்விப்படவில்லை. அவரை விடவும் தேர்ந்த மொழியிலும் நுண்ணிய தளங்களிலும் புதுமை நோக்கிலும் எழுதிய கவிஞர்களும் எழுதும் கவிஞர்களும் வெவ்வேறு மொழிகளில் இருக்கிறார்கள். ஆனால் உலகம் முழுவதும் கொண்டாடப்படும் கவிஞராக ஒருவரும் இல்லை. இது அவரைக் காலத்தின் கொடையாகப் போற்றச் செய்கிறது.

பைபிள் தொகுப்புகளுக்குப் பின்னர் மிக அதிகமான மொழிகளிலும் மிக அதிகமான முறையும் மொழிபெயர்க்கப்பட்ட படைப்பு நெருதாவின் கவிதைகளாகத்தான் இருக்க முடியும். இன்று கிடைக்கும் ஆங்கில மொழிபெயர்ப்புகளை மேலோட்டமாகப் பார்த்தாலேயே இது விளங்கும். குறைந்தது நாற்பதுக்கும் மேற்பட்டவர்கள் நெரூதாவின் கவிதைகளை மொழிபெயர்த்திருக்கிறார்கள். இலான் ஸ்டாவன்ஸ் தொகுத்துப் பதிப்பித்திருக்கும் *'பாப்லோ நெரூதாவின் கவிதை'* பெருந்திரட்டில் முப்பத்தேழு மொழிபெயர்ப்பாளர்கள் பங்கேற்றிருக்கிறார்கள். அவர்களில் தொண்ணூற்றொன்பது வீதமானவர்களும் கவிஞர்கள். கவிஞர்கள் என்ற தகுதியால் புகழ்பெற்றவர்கள். கவிஞர்களால் அதிகமாக மொழிபெயர்க்கப்பட்ட கவிஞர் பாப்லோ நெரூதாவாக இருக்கலாம். இது அவரது கவியிருப்புக்கு மதிப்பைக் கூட்டுகிறது. கூடவே கவிதைகளுக்குப் பல வண்ணங்களையும் அளிக்கிறது. தனது கவிதைகளுக்குப் பலருடையதும் பலவகையுமான மொழியாக்கங்கள் வருவதை நெரூதாவும் மனமுவந்து அனுமதித்திருக்கிறார். சில கவிதைகளுக்கு ஒன்றுக்கும் மேற்பட்ட ஆங்கில ஆக்கங்கள் உருவாகியுள்ளன. அவை ஒன்றுக்கு ஒன்று மாறுபட்டிருப்பதும் கவனத்துக்குரியது.

'நான் சில விஷயங்களை விளக்குகிறேன்' என்ற நெரூதாவின் பரந்த கவனம் பெற்ற கவிதையை ஓர் எடுத்துக்காட்டாகச் சொல்லலாம். ஸ்பானிய உள்நாட்டுப் போரின் கொடூர விளைவைச் சித்தரிக்கும் இந்தக் கவிதையை அவர் 1947 இல் எழுதினார். அதே ஆண்டு மூல மொழியில் வெளியான

'மூன்றாவது வசிப்பிடம்' (டெர்ஸெரா ரெசிடென்சியா) தொகுப்பில் இடம் பெற்றது. இதன் முதலாவது ஆங்கில மொழியாக்கம் நதானியேல் தார்னால் மேற்கொள்ளப்பட்டது. நெரூதாவின் சரிபார்ப்புக்குப் பின்னர் 1970 இல் வெளிவந்த பென்குவின் கவிதை வரிசை 'பாப்லோ நெரூதா கவிதைகள்' நூலில் சேர்க்கப்பட்டது. 'நான் சில விஷயங்களை விளக்குகிறேன்' (I am explaining a few things) என்று தலைப்பிட்ட கவிதையின் தொடக்க வரிகள் இவ்வாறு:

நீங்கள் கேட்கப் போகிறீர்கள்
எங்கே போயின லைலாக் மலர்கள்?
எங்கே பாப்பி மலரின் இதழ்கள் கொண்ட ஆன்மிகம்?
எங்கே மீண்டும் மீண்டும் சொற்களைச் சிதறடித்து
அவற்றில் துளையிட்ட மழை?
எங்கே பறவைகள்?

பாப்லோ நெரூதா அறக்கட்டளையுடன் இணைந்து, 2004 ஆம் ஆண்டு, மார்க் எய்ஸ்னெர் வெளியிட்ட தேர்ந்தெடுத்த கவிதைகள் தொகுப்பிலும் இதே கவிதை சேர்க்கப்பட்டுள்ளது. ஆனால் மொழிபெயர்ப்பு புதிது. தலைப்பும் 'நான் சிலவற்றை விளக்குகிறேன்' (I explain some things) என்று மாற்றம் கண்டது. முன்னர் குறிப்பிட்ட அதே வரிகள் புதிய (மொழி)பெயர்ப்பில் பின்வருமாறு அமைந்திருக்கின்றன.

நீங்கள் கேட்பீர்கள்: லைலாக் மலர்கள் எங்கே?
பாப்பி மலர்களால் நகாசு செய்யப்பட்ட ஆன்மிகம் எங்கே?
எப்போதும் வீசியடிக்கும் மழை
துளைகளாலும் பறவைகளாலும் நிரப்பும்
அவனது சொற்கள் எங்கே?

இந்த எடுத்துக்காட்டு ஒரே கவிதைக்கு வாய்த்திருக்கும் இரண்டு மொழியாக்கங்களைச் சுட்டிக் காட்டுகிறது. இரண்டு மொழிபெயர்ப்பாளர்களும் ஒரே ஸ்பானிய மூலத்திலிருந்து ஆங்கிலத்துக்குப் பெயர்த்தபோதும் கவிதை ஒன்றுக்கொன்று மாறுபட்டதாக அமைந்திருப்பதை அலசிப் பார்ப்பது சுவாரசியமாக இருந்தது.

இந்த அலசல் சில சிந்தனைகளைத் தூண்டின. எந்த மொழிபெயர்ப்பும் இறுதியானது அல்ல; மூலப் பிரதிக்கு ஈடுநிற்பதும் அல்ல. நெரூதாவின் மொழிபெயர்ப்பாளர்களில் ஒருவரான அலெய்ஸ்டர் ரெய்ட் குறிப்பிடுவதுபோல

> ‘மொழிபெயர்ப்பு மூலப் படைப்பை நெருங்குவதற்கான நடைமுறை; ஒருபோதும் மூலத்தை நெருங்கிவிட முடியாது என்று தெரிந்தே மேற்கொள்ளப்படும் நடைமுறை’

என்பதை நெரூதா மொழிபெயர்ப்பு எனக்குக் கற்றுக் கொடுத்தது. கூடவே இத்தனை மொழிபெயர்ப்புகளுக்குப் பின்னரும் அடியும் முடியும் துலக்கமாகக் காட்டாத கவிதையின் புதிரான அழகை வியக்கவைத்தது. ஒவ்வொரு மொழியாக்கமும் இன்னொரு தனிப் படைப்பாக மாறும் உயிர்வினையைப் புரிந்துகொள்ளச் செய்தது. ஒவ்வொரு கவிஞரின் மொழியாக்கத்திலும், கண்ணாடிப் பேழை மீது அதைப் பற்றியிருக்கும் விரல்களின் ரேகை பதிவதுபோல, அந்தக் கவிஞரின் அடையாளம் பதியும் விந்தை இயல்பை உணர்த்தியது.

எனது மொழியாக்க நூல் — பாப்லோ நெரூதா கவிதைகள் — வெளிவந்த வேளையில் சிறிதும் பெரிதுமாகப் பலரது மொழிபெயர்ப்புகளும் வெளிவந்தன. அவற்றுடன் ஒப்பிட்டு எனது மொழிபெயர்ப்பும் பேசப்பட்டது. கணிசமாக விமர்சிக்கப்பட்டது. அதே சமயம் வெகுவான பாராட்டுக்கும் வரவேற்புக்கும் உள்ளானது. நான் தொழில்முறை மொழிபெயர்ப்பாளன் அல்லன். என்னைக் கவர்ந்த படைப்பை மேலதிகமாகப் புரிந்துகொள்ள முயல்கிறேன். அதன் இலக்கிய மேன்மை காரணமாக சக வாசகர்களுடன் பகிர்ந்துகொள்ள முற்படுகிறேன். சுயநலம் நிறைந்த பொதுச் செயல்பாடு இது. எனவே முன்சொன்ன விமர்சனங்களுக்கும் பாராட்டுகளுக்கும் சுணங்கவோ பூரிக்கவோ இல்லை. ஆனால் உறுதியான ஆசை இந்த மொழியாக்கத்தில் எனக்கு இருந்தது. அழுக்குப் படிந்ததோ சீரற்றதோ ஆக இருந்தாலும் என்னுடைய விரலடையாளமும் அந்தக் கண்ணாடிப் பேழையில் பதிய வேண்டும் என்ற வேட்கை இருந்தது. அதற்குக் காரணம் பாப்லோ நெரூதா மீதான எனது குறையாக் காதல்.

நூலின் முதல் பதிப்பை உயிர்மை பதிப்பகம் வெளியிட்டது. மனுஷ்யபுத்திரன் அளித்த உற்சாகமும் ஊக்கமுமே நெரூதா கவிதைகள் மொழிபெயர்ப்பு நூல் வடிவம் பெற உதவியவை. அவரது தூண்டுதல் இல்லாமலிருந்தால் இவை என் தனி வாசிப்புக்கான கைப்பிரதியாகவே எஞ்சியிருக்கும். முதல் பதிப்புக்கு மெய்ப்புப் பார்த்துச் செம்மையாக்கம் செய்தவர் நண்பர் யுவன் சந்திரசேகர். மொழியாக்க வேளையில் கடலுக்கு அப்பாலிருந்து இருவர் உதவினார்கள். முதலாமவர் - *'தி எசென்ஷியல் நெரூதா: செலக்டட் போயம்ஸ்'* நூலைத் தொகுத்துப் பதிப்பித்த மார்க் எய்ஸ்னெர். அந்த நூலை இந்தியாவுக்கு அனுப்பபடும் முதல் பிரதி என்று குறிப்பிட்டு அனுப்பினார். சில சந்தேகங்களுக்கு மின்னஞ்சல் வழியாக உடனுக்குடன் பதில் அளித்தார். பாப்லோ நெரூதா நினைவாகத் தொடங்கிய ரெட் பாப்பி ஆர்ட் ஹௌஸின் சுற்றிதழில் தமிழ் மொழிபெயர்ப்புப் பற்றியக் குறிப்பையும் வெளியிட்டார். இரண்டாமவர் - பிரசீலைச் சேர்ந்த ஜாஸ் இசையமைப்பாளரும் பாடகியுமான லூசியானா சோஸா. நெரூதா கவிதைகளுக்கு இசையமைத்துப் பாடியிருப்பவர். அவர் அனுப்பி உதவிய ஒலிவட்டு கவிதையின் புதிர் அமைப்பை விளங்கிக் கொள்ள உதவியது. இரண்டாம் பதிப்பு வெளிவரும் தருணத்தில் இவர்கள் அனைவரையும் மிக்க நன்றியுடன் நினைவு கூர்கிறேன்.

முதல் பதிப்பு வெளிவந்து பதினைந்து ஆண்டுகள் ஆகின்றன. அச்சில் இல்லாமல் போயும் ஏறத்தாழ அதே அளவு காலம் ஆகியிருக்க வேண்டும். தொடர்ந்து பலரும் நூல் கிடைக்கவில்லை என்று குறையாகவும் கிடைக்குமா என்று சந்தேகத்துடனும் விசாரித்து வந்தார்கள். இரண்டாம் பதிப்புக்காகப் புதிய பதிப்பாளரை அணுகவும் தயக்கமாக இருந்தது. குறையைத் தீர்க்கவும் சந்தேகத்தைப் போக்கவும் தாமாக முன்வந்தவர் பரிசல் செந்தில்நாதன். புத்தகங்களின் அருங்காதலரான அவரை விட இந்தப் பதிப்பை வெளியிடத் தகுதியானவர் இல்லை. என்னிடமே இல்லாமற் போன நூலை 'மீட்டெடுத்து' வெளியிடுகிறார்.

மெய்ப்புப் பார்த்து உதவியவர்கள் தி. பரமேசுவரியும் கிருஷ்ண பிரபுவும். அண்மைக் காலமாக எனது புத்தகங்கள் அனைத்தையும்

மேற்பார்வையிட்டுப் பிழை நீக்கி அளிப்பவர் செல்வராஜ் ஜெகதீசன். இந்த நண்பர்கள் அனைவருக்கும் மனமார்ந்த நன்றி.

திருவனந்தபுரம் **சுகுமாரன்**
31 டிசம்பர் 2019

மேற்கோள் நூல்கள்:

1. *Pablo Neruda - A Passion for Life, Adam Feinstein, Bloosbury, Great Britain, 2004*
2. *My Life with Pablo Neruda - Matlde Urrutia (Alexandra Giardino Tr), Stansford University Press, California, 2004*
3. *The Neruda Case - Roberto Ampuero, Riverbend Books, New York, 2012*
4. *Pablo Neruda: Selected Poems - Nathaniel Tarn Ed., Penguin Books, Great Britain, 1975*
5. *The Essential Neruda - Mark Eisner Ed., City Lights Books, San Francisco, 2004*

□ □ □

பாப்லோ நெருதா கவிதைகள் நூலின் மூன்றாம் பதிப்பு இது. இந்தப் பதிப்புக்காக நூலை வாசித்து மேலாய்வு செய்து உதவிய நண்பர் கவிஞர் க. மோகனரங்கன், நூலை வடிவமைத்த நண்பர் ஜீவமணி பாலன் ஆகிய இருவருக்கும் நன்றி.

24 ஜூன் 2023 **சுகுமாரன்**

நெரூதா அனுபவம்

இருபது ஆண்டுகளுக்கும் மேலாக எனக்குள் கனன்று கொண்டிருந்த கனவின் நிறைவேற்றம் இந்த மொழியாக்கம். யார் இந்தக் கனவின் காரணமும் பொருளுமாக இருந்தாரோ அந்தக் கவிஞரின் நூற்றாண்டில் இந்த நூல் வெளியாவது மகிழ்ச்சி அளிக்கிறது. கவிஞனாக எனது ஆதார அக்கறைகளைப் பக்குவப் படுத்தியதிலும் மனிதனாக எனது தார்மீக உணர்வுகளைக் கூர்மைப் படுத்தியதிலும் செல்வாக்குச் செலுத்திய வெவ்வேறு ஆளுமைகளில் நெரூதாவும் ஒருவர் என்பது இந்த மகிழ்ச்சியை அர்த்தமுள்ளதாக்குகிறது.

இலக்கிய வாசிப்பின் ஆரம்ப நாட்களில் என்னைப் பாதித்த கவிஞர்கள் வரிசையில் பாப்லோ நெரூதா இருக்கவில்லை. அன்றைய வாழ்வனுபவத்துக்கும் மனநிலைக்கும் இணக்கமாக விருந்தவர் & மற்றொரு ஸ்பானியக் கவிஞரான செஸார் வயெஹோ. தனி அனுபவத்தின் இருளும் துயரும் இழைந்த வயெஹோவின் கவிதையுலகம் என் இயல்புக்குப் பொருத்தமானதாக இருந்தது. உலகக் கவிதைத் திரட்டுகளில் வாசித்த வயெஹோ கவிதைகளின் பின்னணி விவரங்களில் நெரூதாவின் பெயரும் உடன் நிகழ்வாகத் தொடர்ந்திருந்தது. நெரூதாவை நெருங்க எனக்கு வழிகாட்டியவர் வயெஹோ.

பாப்லோ நெரூதா என்ற பெயரைத் தமிழில் நான் பார்த்தது என் பதினாறாவது வயதில். *கண்ணதாசன்* இதழொன்றில் 1973 நவம்பர் அல்லது டிசம்பர் இதழில் தி.க. சிவசங்கரன் மொழிபெயர்ப்பில் நெரூதாவின் அரசியல் கவிதையொன்று வெளியாகியிருந்தது. அப்போதைய அதிபரான நிக்சனையும் சால்வடெர் அலெண்டே தலைமையில் சிலியில் உருவாகியிருந்த ஜனநாயக அரசை

அமெரிக்க ஆதரவுடன் கவிழ்த்த பினோஷேவையும் 'ஓநாய்கள்' என்று சீற்றமான வார்த்தைகளில் குற்றம்சாட்டியது கவிதை. அதே ஆண்டு செப்டம்பர் பதினொன்றாம் தேதி அமெரிக்க ஒத்துழைப்புடன் நடந்த உள்நாட்டுக் கலவரத்தில் அலெண்டே கொல்லப்பட்டார். அலெண்டே மறைந்த பதின்மூன்றாம் நாள் புற்றுநோயால் பாதிக்கப்பட்டுச் சிகிச்சையிலிருந்த நெரூதாவும் மரணமடைந்தார். மரணத்தின் காரணம், முற்றிய நோய் மட்டுமல்ல, சிலிக்கு நேர்ந்த அரசியல் விபத்தும்தான்.

கவிதையை வாசித்த முதல் வாய்ப்பில் இந்தப் பின்னணி எதையும் அறிந்து வைத்திருக்கவில்லை. ஆனால் அந்த வரிகளிலிருந்த மின்சாரம் சிந்தனையில் வெளிச்சமாகப் படர்ந்து இன்றும் நீடிக்கிறது.

முதல் அறிமுகத்துக்குப் பின்னர் சில ஆண்டுகள் கழித்துத்தான் நெரூதா கவிதைகள் மீதான காதல் தீவிரமடைந்தது. அந்தக் காலப்பகுதியில் எனது தாய்மொழியான மலையாளத்தைக் கற்றுக் கொண்டிருந்தேன். பிற இந்திய மொழிகளைவிட மலையாளத்தில் பாப்லோ நெரூதாவின் செல்வாக்கு அதிகம். இடதுசாரிச் சிந்தனையைப் பொது இயல்பாக ஏற்றுக்கொண்டிருந்த கலாச்சாரச் சூழலில் இது வியப்புக்குரிய ஒன்றல்ல. எழுபதுகளில் புதிய கவிதையுணர்வின் அடையாளங்களில் ஒன்றாக நெரூதா கவிதைகள் அங்கீகாரம் பெறுவதற்கு மிக முன்பு, ஐம்பதுகளிலேயே கே.பி.ஜி. நம்பூதிரி நெரூதாவின் அரசியல் கவிதையொன்றை மொழிபெயர்த்திருந்தார். நெருக்கடி நிலைக் காலத்தில் எதேச்சாதிகாரத்துக்கு எதிராகவும் ஜனநாயக உரிமைக்கு ஆதரவாகவும் ஒலித்த குரல்களில் நெரூதாவின் கவிதைகளுமிருந்தன. சச்சிதானந்தன் நெரூதா கவிதைகளின் முதல் மலையாள மொழியாக்கத் தொகுப்பைக் கொண்டு வந்திருந்தார். இத்தாலிய நாடகாசியரான மாரிகோ ஃப்ராட்டியின் 'பாப்லோ நெரூதாவைக் கொன்றது யார்?' என்ற நாடகத்தின் மொழி பெயர்ப்பு 'மாத்ருபூமி' வார இதழில் வெளியாகியிருந்தது. பின் நாட்களில் நெரூதா கவிதைகள் மீது கவனம் செலுத்த இவையெல்லாம் முகாந்திரங்களாக இருந்தன. தமிழிலும் ஆங்கிலத்திலும் உதிரியாகவும் உலகக் கவிதைத் திரட்டுகளிலும் வாசிக்கக் கிடைத்த கவிதைகள் நெரூதாவுக்கென்று மனதில் ஓர் அறையைத் திறந்து வைத்தன. வாசக ஆர்வத்துடனும் எனது

பாப்லோ நெரூதா கவிதைகள் | 17

கவிதை மொழியைச் செப்பனிட்டுக் கொள்ளும் நோக்கிலும் அவ்வப்போது மேற்கொண்ட மொழிபெயர்ப்பு முயற்சிகளில் அதிகம் கைகொடுத்தவர் பாப்லோ நெரூதா கவிதைக்கு மட்டுமல்ல, காதலுக்கும்.

நெரூதாவின் மிகப் பிரபலமான காதல் கவிதையான 'இன்றிரவு என்னால் எழுத முடியும். மிகவும் துக்கம் நிரம்பிய வரிகளை' மொழிபெயர்ப்புக்குத் தேர்ந்தெடுக்கக் காரணம், காதலைச் சொல்ல எனக்கிருந்த சங்கோஜம். எனது முதலாவது காதல் கவிதையை எழுதும் தைரியமே அந்த மொழிபெயர்ப்பு அச்சேறிய பிறகுதான் வந்தது.

ஆரம்ப கட்ட உற்சாகத்தில் மொழிபெயர்த்த நான்கு கவிதைகள் 'இன்றிரவு என்னால் எழுத முடியும்', 'ஞாபகம்', சுற்றியலைதல்', 'பூமியே எனக்காகக் காத்திரு' ஆகியவை கொல்லிப்பாவை இதழ்களில் அடுத்தடுத்து வெளிவந்தது ஒரு சாதனை உணர்வைத் தந்தது. இவை வெளியான சந்தர்ப்பத்தில் நண்பரும் சிறுகதையாளருமான விமலாதித்த மாமல்லன் செய்த இலக்கியக் குறும்பு இப்போதும் கலையாமல் நினைவிலிருக்கிறது. மேற்சொன்ன மொழி பெயர்ப்புகள் வெளிவந்த இதழொன்றில் வேறொரு கவிதையும் இடம் பெற்றிருந்தது. சங்கர்ராமன் என்ற நண்பரிடம் (இவர் 'மீட்சி' சிற்றேட்டின் முதல் இதழில் 'மாற்றம்' என்ற நேர்த்தியான சிறுகதையை எழுதியவர்) பெயரைச் சொல்லாமல் குறிப்பிட்ட கவிதையை வாசித்துக் காட்டினார். வாசித்து முடித்ததும் சங்கர்ராமன் கேட்டது 'பாப்லோ நெரூதாவின் கவிதையா?' அது நானெழுதிய 'பயணியின் சங்கீதங்கள்' என்ற கவிதை. நெரூதாவின் நிழல்கூட அண்டாத கவிதை. அதில் உள்ளோடிய பாதிப்பு பைபிளையும் மகாபாரத சுலோகத்தையும் சார்ந்தது. நெரூதாவின் சாயலை நுட்பமான வாசகர் ஒருவரால் அதில் காணமுடிந்ததை ஒரு கண்டுபிடிப்பின் பரவசமாக உணர்ந்தேன். எந்த மொழியில் எழுதப்பட்டதானாலும் கவிதைக்கு ஒரு பொதுமொழி உண்டு. இடம் காலம் கடந்து மனதில் விரியும் இந்த வார்த்தை வெளியில்தான் ஒரு கவிஞன் இன்னொரு கவிஞனின் காலடித் தடங்களையும் வாசகன் கவிதையின் வழிகளையும் கண்டடைகிறார்கள் என்ற ஆதாரமான கவிதையியல் கருத்தை இது வலுப்படுத்தியது. கறாரான

விளக்கத்துக்கு உட்படுத்தவியலாத இந்தப் பொதுமொழிதான் நெரூதா போன்ற அந்நியமான கவிஞர்களையும் நமக்கு நெருக்கமானவர்களாக்குகிறது என்று கருதுகிறேன்.

ஒரு சில கவிதைகளை மொழிபெயர்த்து வெளியிட்டதில் கிடைத்த இலக்கிய கவனமும் அந்த சவால் முன்வைத்த வசீகரமும் பாப்லோ நெரூதா கவிதைகளுடன் தொடர்ந்து மொழியாக்க உறவைப் பேணுவதற்கான தூண்டுதல்களாக இருந்தன. எண்பதுகளில் நடுப்பகுதியோடு ஏறத்தாழ முப்பத்தைந்து கவிதைகள் தமிழாக்கம் பெற்றன. அன்று அந்த மொழியாக்கங்களைப் பரிசோதித்துச் செம்மைப்படுத்த எனக்கு உதவியவர்கள் அமரர் எம்.எஸ். ராமசுவாமியும் ஆர். சிவகுமாரும். அவர்கள் வழங்கிய ஆலோசனையில் உருவாக்கிக் கொண்ட கருவிகள்தாம் மொழிபெயர்ப்பின் சிடுக்குகளை இழை பிரித்து உணர இன்றும் எனக்கு பயன்படும் ஆயுதங்கள்.

தொண்ணூறுகளின் ஆரம்பத்தில் செப்பனிட்டு மெருகேற்றிய அறுபத்தொன்பது கவிதைகள் என் வசமிருந்தன. பாப்லோ நெரூதா என்ற மனிதன் இந்த உலகில் வாழ்ந்த ஆண்டுகளைக் குறிப்பிடும் வகையில் அறுபத்தொன்பது கவிதைகள் என்று காரணமும் கற்பித்திருந்தேன். நெரூதா கவிதைகளின் மீதான விமர்சனம் தீண்டாத ஆர்வத்தின் விளைவாக அவரது முக்கியமான நூல்களில் பெரும்பான்மையானவற்றை வாங்கிச் சேர்த்திருந்தேன். உலகக் கவிதைத் திரட்டுகளில் இடம்பெற்றிருந்த பல கவிதைகளைப் படியெடுத்துப் பாதுகாத்துக் கொண்டிருந்தேன். அவற்றில் நெரூதா கவிதைகளின் நாடியைத் தொட்டுணர உதவிய இரண்டு தொகுப்புகளின் மொழிபெயர்ப்பாளர்களை இப்போதும் நினைவு கூர்கிறேன். நெரூதாவின் சுயசரிதைக் கவிதைகளடங்கிய *'இலா நீக்ரா'*வின் மொழிபெயர்ப்பாளர் அலாஸ்டெயர் ரீய்ட் ஐரோப்பியக் கவிதைகள் தொகுப்பின் ஆசிரியர் றெஜி சிறீவர்த்தன ஆகியவரே அந்த இருவர்.

ஏறத்தாழ ஒரு பித்து நிலையில் மனவெளியின் தொடுவானத்திலிருந்து, பாப்லோ நெரூதா அவரது கவிதைகளை மொழிபெயர்க்க எனக்கு சிறப்புச் சலுகை வழங்கியிருப்பதாகவும் அதைத் துல்லியமும் திருத்தமுமான அசரீரிக் குரலில் என்னிடம்

தெரிவித்திருப்பதாகவும் அவ்வப்போது கற்பனை படர்ந்தது. அப்போது சென்னையில் வாழ்ந்து கொண்டிருந்தேன். எனது நெரூதா மொழிபெயர்ப்புப் பற்றிக் கலந்தாலோசிக்க விற்பன்னர் யாராவது அகப்படுவார்களா என்று தேடிக்கொண்டு இருந்தேன். சாந்தோம் பகுதியில் ரோசரி சர்ச் சாலையில் ஸ்பெயின் நாட்டின் தூதரக அலுவலகம் இருந்தது. லத்தீன் அமெரிக்கக் கவிஞர்கள் ஸ்பானிய மொழியில்தானே எழுதுகிறார்கள். தவிர, நெரூதா, ஆக்டேவியோ பாஸ் எல்லோரும் தூதரகப் பணியில் ஈடுபட்டிருந்தவர்களும் கூட. எனவே எவராவது துணைபுரியக்கூடுமென்று நம்பினேன். அந்த அலுவலகத்தின் பொறுப்பிலிருந்த கிளாரிபெல் என்ற பெண்மணி தனக்குத் கவிதையில் ஈடுபாடு கிடையாது என்றார். குறிப்பாக பாப்லோவின் கவிதையை வாசித்ததில்லை, ஆனால் கேட்டிருப்பதாகச் சொன்னார். பிடிபடாமல் விழித்தவனிடம் ஓர் ஒலிநாடாவைக் கேட்கச் செய்தார். அது பாப்லோ நெரூதா கவிதை வாசிக்கும் குரல். அந்தக் குரல் மயக்கம்தான் எனக்குள் அசரீரியாக எதிரொலித்திருந்தது. (அன்று கிளாரிபெல் தன் பெயரில் ஒரு கவிஞர் ஸ்பெயினில் வசிப்பதாகச் சொன்ன வெறும் தகவலைப் பல ஆண்டுகளுக்குப் பின் இலக்கியக் கண்டுபிடிப்பாக உணர்ந்தேன். அவர் குறிப்பிட்டது எல் சால்வடார் நாட்டைச் சேர்ந்த கிளாரிபெல் அலெக்ரியா (பிறப்பு 1924) என்ற கவிஞரை.)

நெரூதா மொழிபெயர்ப்பில் எழுந்த சந்தேகங்களைக் குறிப்பிட்டு மேற்சொன்ன இரண்டு மொழிபெயர்ப்பாளர்களுக்கும் பதிப்பாளர்களின் மேற்பார்வை முகவரியிட்டு, துணிந்து கடிதங்கள் எழுதி அனுப்பினேன். ரீய்டிடமிருந்து பதில் வந்தது. எட்டு புள்ளி எழுத்தில் மின்னச்சு செய்யப்பட்ட சிலவரிக் கடிதம். தன்னுடைய கவிதைகளை மொழிபெயர்க்கும்போது பின்பற்ற வேண்டிய இலக்கணமாக நெரூதா ரீய்டுக்குச் சொன்னதை ரீய்ட் எனக்கு அறிவுறுத்தியிருந்தார். நெரூதாவின் கவிதையுலக ரகசியங்களைக் கண்டுபிடிக்க உதவும் வரைபடமாக அந்தக் கடிதத்தைக் கருதினேன். என் சேகரிப்பிலிருந்த 'ஐலா நீக்ரா' பிரதியில் பிரத்தியேகப் பக்கங்களாகச் செருகி நீண்ட காலமாக வைக்கப்பட்டிருந்த அந்தக் கடிதம் காணாமற்போனது இன்றும் தேற்றிக்கொள்ள முடியாத இலக்கிய துக்கம்.

எண்பதுகளின் மத்தியில் தொடங்கித் தொண்ணூறுகளின் பாதிவரை ஈடுபட்டுச் செய்து வைத்த மொழிபெயர்ப்புகள் கணிசமான எண்ணிக்கையை எட்டியிருந்தன. ஆனால் அவற்றைத் தொகுத்து வெளியிடுவதில் தயக்கமும் கொண்டிருந்தேன். கருமி தனது நாணயச் சேமிப்பை அவ்வப்போது எடுத்துப் பார்த்து மினுக்கிப் பத்திரப்படுத்திக் கொள்வதுபோல், கையெழுத்துப் பிரதிகளை வாசித்துத் திருத்திச் சீரமைத்துப் புதிய படிகளைத் தயாரிப்பதோடு நிறுத்திக் கொண்டிருந்தேன். பலமுறை திருத்தி வடிவமைக்கப்பட்ட மொழியாக்கங்களும் நிறைவின்மையையே தந்தன. இந்த நிறைவின்மையை நான் தோற்கடித்த கணங்களின் விளைவாகச் சில கவிதைகள் சிற்றேடுகளில் வெளியாயின. எனினும் நான் தோல்வியடைந்த சமயங்களே அதிகம். இந்தக் கால அளவிலெல்லாம் பாப்லோ நெரூதா என்ற கவிஞர் குறிப்பிடப்பட்டதும் மொழி பெயர்க்கப்பட்டதும் விவாதிக்கப்பட்டதுமான தமிழ்ச் சூழல்களையும் கவனத்தில் பதித்துக்கொண்டுமிருந்தேன்.

எழுபதுகளின் தொடக்கத்தில் அனைத்து இந்திய மொழிகளிலும் எழுந்த இடதுசாரிச் சிந்தனைப் போக்கின் உடன் நிகழ்வாக அறிமுகமான ஆளுமைகளில் நெரூதாவும் ஒருவர். தமிழிலும் இதே நோக்கில் தான் நெரூதா முன்வைக்கப்பட்டார். கட்சி சார்ந்தவர்களும் சாராதவர்களுமான மார்க்சியர்கள் டி.எஸ். எலியட்டுக்கும் எஸ்ரா பவுண்டுக்கும் மாற்றான நவீன கவிதையின் பிரதிநிதியாக நெரூதாவை முன்னிலைப்படுத்தினர். மானுட உறவுகளின் மாளாக் காதலர், இயற்கையின் தீவிர ஆராதகர், அயராத போராளி இந்த மூன்று நிலைகளின் படைப்பியல் விரிவே அவரது கவிதை. ஆனால் தமிழில் அவர் அடையாளப்படுத்தப்பட்டது சித்தாந்தச் சார்புடைய போராட்டக்காரராகவும் அரசியல் கவிதையாளராகவும்தான். அந்தக் காலத்தின் தேவை அதுவாக இருந்தது. தவிர, புரட்சிகர அரசியல் என்ற கனவைப் பராமரிக்க நெரூதாவின் கற்பனைவாத ஆவேசம் உகந்ததாகவுமிருந்தது. நெரூதாவின் கற்பனைவாதம் அவரது வாழ்க்கையின் எதார்த்தத்திலிருந்து உருவானது என்ற அடிப்படைக் குணம் விவாதிக்கப்படாமலேயே நகலெடுப்புகள் நிகழ்ந்தன. இன்னொரு எல்லையில் அவரது காதல் கவிதைகள் முதன்மைப்படுத்தப்பட்டன.

தமிழில் நெரூதாவின் செல்வாக்கு ஆழமானதல்ல. ஓரளவுக்குப் பரவலானது என்று கருதுகிறேன். நெரூதா மொழி பெயர்க்கப்பட்ட, குறிப்பிடப்பட்ட சில சந்தர்ப்பங்கள் கவனத்தில் படர்ந்திருக்கின்றன. தி.க. சிவசங்கரன், என்.ஆர். தாசன் ஆகியோரது மொழிபெயர்ப்பு, கட்டுரைக் குறிப்புகள், மீரா, தமிழன்பன் ஆகியோரது மொழிபெயர்ப்பில் சில கவிதைகள், பொதியவெற்பன் தொகுத்து வெளியிட்ட *'சிலிக்குயிலுக்கு ஒரு செங்கவிதாஞ்சலி'* ஆகியவை ஆரம்ப அக்கறையில் ஈர்த்தவை. *'பிரக்ஞை'* இதழில் வெளியான சர்ச்சைக் கட்டுரையொன்றில் பிரமிளின் சில கவிதை வரிகளும் படிமங்களும் நெரூதாவிடமிருந்து அபகரித்தவை என்ற தொனியில் தமிழவன் எழுதியிருந்ததும் நினைவிலிருந்தது. ஆத்மாநாமின் ஆசிரியத்துவத்தில் வெளிவந்த *'ழ'* கவிதையேட்டில் நெரூதாவின் இரண்டு கவிதைகள் 'வைகறையின் நலிவோடு', 'கவிதை' மயானஸ்வாமி (ஞானக்கூத்தன் என்பது என் யூகம்) மொழியாக்கத்தில் அச்சேறியிருந்தன. *'மீட்சி'* இதழில் பிரம்மராஜன் 'நான் சில விஷயங்களை விளக்குகிறேன்' கவிதையைத் தமிழில் பெயர்த்திருந்தார். *'ஞானரதம்'* பத்திரிகையில் சுந்தர ராமசாமி 'புத்தகங்களுக்கு ஒரு பாடல்', 'நான் திரும்பி வருவேன்' இரு கவிதைகளை றெஜி சிறீவர்த்தனவின் ஆங்கில வடிவத்திலிருந்து மொழிபெயர்த்து வெளியிட்டிருந்தார். என் மொழியெர்ப்புகளைத் திருத்தம் செய்து திருப்பியனுப்பிய படிகளுடன் எம்.எஸ். ராமசுவாமி தனது மொழியாக்கங்கள் சிலவற்றையும் வைத்திருந்தார். என் வசமிருந்த தொகுப்புகளில் இடம்பெற்றிராத கவிதைகள் அவை. என் கைவரிசை சார்த்தி அனுப்பிய அந்தக் கவிதைகள் எங்காவது வெளியாயினவாவென்று அறிந்துகொள்ள முடியவில்லை. இந்திரன் மொழிபெயர்த்துத் தொகுத்த *'பசித்த தலைமுறை'* என்ற மூன்றாவது உலக இலக்கியத் திரட்டில் 'கவிதையின் வருகை' இடம் பெற்றிருந்தது. அப்துல் ரகுமான் *'முட்டைவாசிகள்'* நூலிலும் முருகு சுந்தரம் *'புகழ்பெற்ற புதுக்கவிஞர்கள்'* நூலிலும் பாப்லோ நெரூதாவைக் குறிப்பிட்டிருந்தனர்.

'ழ' இதழொன்றில் 'சிறிய மற்றும் நீண்ட வரிகள்' என்ற தலைப்பில் நெரூதாவின் *'நினைவுக் குறிப்புகள்'* நூலிலிருந்து ஒரு பகுதியை பிரம்மராஜன் தமிழாக்கி வெளியிட்டிருந்தார். அதே நூலின் சில பகுதிகள் *'நினைவலைகள்'* என்ற பெயரில்

ஒரு சிறு நூலாக சென்னை புக்ஸ் சார்பில் வெளியாகியிருந்தது. நெரூதாவின் நெடுங்கவிதை *'மாச்சு பிச்சுவின் சிகரங்கள்'* எம். கண்ணன், வி. நடராஜ் இருவரின் மொழிபெயர்ப்பில் *'மச்சு பிச்சு'* என்ற தலைப்பில் தனி நூலாக விடியல் பதிப்பகத்தால் வெளியிடப்பட்டுள்ளது. என் பார்வைக்குத் தப்பிய முயற்சிகளும் இருக்கக்கூடும். இவையெல்லாம் தமிழிலக்கியப் பரப்பில் நெரூதா மொழிபெயர்ப்புடன் ஊடுருவலாம் என்ற பேராசையைத் தோற்றுவித்தன.*

இந்தத் தொகுப்புக்கான கவிதைகள் பிரதானமாகவும் பதினாறு புத்தகங்களில் வெளியாகியுள்ள ஏறத்தாழ இரண்டாயிரத்துக்கும் மேற்பட்ட கவிதைகளிலிருந்து தேர்ந்தெடுக்கப்பட்டவை. ஒற்றை வாக்கியத்தில் இப்படிச் சொல்ல முடிவதுபோல கவிதைத் தேர்வு எளிதாக இருக்கவில்லை. நெரூதா கவிதைகளின் நம்பமுடியாத எண்ணிக்கை முதற்காரணம். ஊமையான ஒரு கண்டத்தின் தொலைவிடங்களை சொற்களால் நிரப்புவதைத் தனது செயல்பாடாகக் கருதியவர் நெரூதா என்பதால் இந்தப் பெருக்கம் மிக இயற்கையானதும் கூட. மனித வாழ்க்கையின் சகல அனுபவங்களுக்கும் தன்னைச் சாட்சியப்படுத்திக் கொண்ட கவிஞர் என்ற பார்வையை ஆதாரமாக வைத்தே பெரும் எண்ணிக்கையிலிருந்து எனக்கான கவிதைகளைத் தேர்ந்தெடுத்திருக்கிறேன். அந்தப் பார்வையின் உட்கூறுகளை — ரசனை, அழகியல், கருத்து நிலைப்பாடு ஆகிய அம்சங்கள் — வாசிப்பு வேளையில் வாசகர்கள் பிரித்து அறிய முடியும். வெவ்வேறு மொழி பெயர்ப்புகள் இரண்டாவது சிக்கலை முன்வைத்தன. ஸ்பானிய மூல மொழியிலிருந்து பாப்லோ நெரூதாவின் கவிதைகளை ஐம்பதுக்கும் அதிகமான வல்லுநர்கள் ஆங்கிலத்தில் மொழி பெயர்த்திருக்கிறார்கள். தனது வாழ்நாளில் நெரூதாவே தன் கவிதைகளைப் பலர் மொழி பெயர்ப்பதற்கு

* நெரூதா நூற்றாண்டையொட்டி *'திண்ணை'* இணைய இதழில் ஒரு கட்டுரை எழுதியிருந்தேன். அதற்கு எதிர்வினையாற்றிய திரு. யமுனா ராஜேந்திரன் தமிழில் முதல் நெருதா மொழிபெயர்ப்பு *'காண்டோ ஜெனரல்'* தொகுப்பில் இடம்பெறும் 'நான் தண்டனை கோருகிறேன்' என்ற கவிதைக்கான *'தாமரை'* இதழில் வெளியான தமிழாக்கமெனவும், நெரூதாவின் அரசியலையும் கவிதையையும் பற்றி அமரர். தோழர். அறந்தை நாராயணன் நூல் ஒன்றை எழுதியுள்ளாரெனவும் தகவல் தந்திருந்தார்.

அனுமதி வழங்கியிருக்கிறார். பலவிதமான மொழியாக்கங்கள் வருவதை ஊக்குவித்திருக்கிறார். ஒன்றுக்கொன்று மாறுபட்ட மொழிபெயர்ப்புகளால் மூலத்தின் இயல்பைக் குறித்த சந்தேகம் தமிழாக்க முயற்சியின் வெவ்வேறு நிலைகளில் குழப்பத்துக்குள்ளாக்கியது.

நெரூதாவின் பெரும்பான்மையான தொகுதிகளும் இருமொழிப் பதிப்புகளாக இருப்பது மறைமுகமான உதவியாக அமைந்தது. ஸ்பானிய மொழிச் சொற்களை கவிஞர் எவ்வாறு பயன்படுத்தியிருக்கிறார் என்று கவனித்தும் தொடர்ந்து இடம்பெறும் சொற்களின் பொருளை நினைவிலிருத்தியும் இந்தச் சிக்கலிலிருந்து விடுபட வழி கண்டுபிடித்தேன். ஆழம் தெரியாத நீர்த் தடத்தில் கால்களால் 'பார்த்து' வழியைத் தீர்மானிக்கிற உள்ளுணர்வின் உபாயந்தான் இது. கவிதையின் தொனியும் மொழியை நிர்ணயிப்பதில் நம்பகமான துணையாக இருந்தது.

தொகுப்பில் இடம்பெறும் 'கடற்கன்னியும் குடிகாரர்களும்' கவிதையின் தமிழாக்கச் சூத்திரத்தை இங்கே எடுத்துக்காட்டாகக் குறிப்பிடலாம். நதானியேல் தார்ன் தொகுத்த 'நெரூதா தேர்ந்தெடுத்த கவிதைகள்' தொகுப்பிலும் மார்க் எய்ஸ்னர் தொகுத்த முக்கியமான நெரூதா தொகுப்பிலும் இக்கவிதை வெளியாகி உள்ளது. அலாஸ் டெய்ர் ரீயட்தான் இரண்டு மொழியாக்கங்களையும் செய்திருப்பவர். 'முழு நிர்வாணமாக அவள் நுழைந்தபோது இந்தப் பயல்கள் எல்லாரும் உள்ளேயிருந்தார்கள்' என்று முதல் வடிவத்திலும் 'இந்த கனவான்கள் எல்லாரும் உள்ளேயிருந்தார்கள்' என்று இரண்டாவது வடிவத்திலும் கையாண்டிருக்கிறார். 'ஸெனொரஸ்' என்ற மூலச் சொல்லின் நேரடியான பொருள் 'கனவான்கள்' ஆனால், கவிதையின் தொனி ரீய்டின் முதல் வடிவத்திலுள்ள பிரயோககமான 'பயல்கள்' தான் கச்சிதமானது என்ற உணர்வைத் தருகிறது. இன்னொரு உதாரணத்தையும் முன்வைக்க விரும்புகிறேன்.

'சுற்றி அலைதல்' கவிதையின் முதல்வரி 'மனிதனாக இருப்பதில் களைத்துப் போகிறேன் நான்' என்று தொடங்குகிறது. நான் காணநேர்ந்த தமிழாக்கத்தில் இது 'ஆணாக இருப்பதில் நான்

களைத்துப் போகிறேன்' என்று ஆக்கப்பட்டிருந்தது. மூலத்திலுள்ள 'ஹோம்பரே' என்ற சொல் மனிதன் என்ற பால் வேற்றுமை காட்டாத பொதுப் பதமாகவே பயன்படுத்தப்பட்டிருக்கிறது என்பதை நெரூதாவின் பிற கவிதைகளை ஆதாரமாகக்கொண்டே உறுதி செய்துகொள்ள வாய்த்தது. 'மாச்சு பிச்சு' வரிசையில் பத்தாவது கவிதையின் முதல்வரி 'கல்லுக்குள் கல். மனிதன். எங்கிருந்தான் அவன்?' இதில் பயன்படுத்தப்படும் 'ஹோம்பரே' ஆணல்ல, மனிதன் மட்டுமே என்ற முடிவுக்கு வர இந்த உள்ளுணர்வுத் துளாவல் உதவியது. சுரங்கத்தின் மறு கோடியில் தெரியும் வெளிச்சத்தை நோக்கி இருட்டைப் பின்னுக்குத் தள்ளிக்கொண்டு நடக்கும் அசாதாரண அனுபவம் இது.

மூன்றாவது சிக்கல் வரிசைப்படுத்துவதில் காத்திருந்தது. பொருள் சார்ந்தா? காலம் சார்ந்தா? இந்தப் பிரச்சனைக்கு இலான் ஸ்டாவன்ஸ் தொகுத்த *'பாப்லோ நெரூதாவின் கவிதைகள்'* என்ற பெருந்திரட்டு தீர்வளித்தது. அறுநூறு கவிதைகள் கொண்ட அந்தத் திரட்டு காலவரிசைப்படி தொகுக்கப்பட்டது. அந்த அமைப்பு முறையையே இங்கு விசுவாசத்துடன் பின்பற்றியிருக்கிறேன்.

பதினாறாவது வயதில் நெரூதா வெளியிட்ட *'அந்தி வெளிச்சம்'* முதல் தொகுப்பில் இடம்பெற்ற 'என் கவிதையில் கடவுள்...' கவிதைக்கும் அவரது மறைவுக்குப் பின் வெளியான *'தேர்ந்தெடுத்த தோல்விகள்'* தொகுப்பிலுள்ள 'மாபெரும் மூத்திரக் குடுக்கை' கவிதைக்கும் இடையில் கிட்டதட்ட அரை நூற்றாண்டுக் காலம் படர்ந்திருக்கிறது. ஒவ்வொரு கவிதையும் அது எழுதப்பட்டதோ அல்லது அச்சியற்றப்பட்டதோவான காலவரிசைப்படி தொகுக்கப்பட்டுள்ளது. நெரூதாவின் முக்கியமான எல்லாத் தொகுப்புகளிலிருந்தும் கவிதைகள் தேந்தெடுக்கப்பட்டுள்ளன. எல்லா உணர்வுநிலைகளையும் பிரதிநிதித்துவப்படும் கவிதைகள் இடம்பெற வேண்டும் என்ற கனவு ஓரளவுக்கேனும் நிறைவேறியிருப்பதாக நம்புகிறேன்.

இந்த மொழிபெயர்ப்பில் பின்பற்றப்பட்டுள்ள விதிகளைக் குறித்து இங்கே பகிர்ந்துகொள்ள விரும்புகிறேன்.

எளிமையான மொழிபெயர்ப்பாக அமையவேண்டும் என்பதை முதல் நிபந்தனையாகக் கருதினேன். பாப்லோ நெரூதா மக்களுக்காக எழுதியவர். மந்திரம் போலவோ அனிச்சையான

எதிர்வினைக் குரலாகவோ மக்களால் உச்சரிக்கப்பட்டவை அவரது கவிதைகள். அவை புரிந்துகொள்ள முடியாதவையாக இருப்பது சாத்தியமில்லை. எனவே மொழியாக்கமும் எளிமையாகவே மேற்கொள்ளப்பட்டிருக்கிறது.

நெரூதாவின் பல கவிதைகள் பாடலின் தன்மை கொண்டவை. அவரே பல கவிதைகளை இசைக் கருவிகளின் பக்கத்துணையோடு பாடியிருப்பதை ஒலிப்பதிவுகளில் கேட்கும் வாய்ப்பு கிடைத்தது. வரிகளின் இட அமைப்பு பற்றிய தடுமாற்றங்களைக் கைவிட இந்த ஒலிப்பதிவுகள் உதவியாக இருந்தன. பாடல்கள் என்று குறிப்பிட்டாலும் அவை செறிவாகவும் சந்த ஒழுங்குடனும் தாளக் கட்டுடனும் கறாராக உருவாக்கப்பட்டவையல்ல. காற்றின் இயல்பான ரீங்காரம் போலவோ நதியின் தொடர்ச்சியான சலசலப்புப் போலவோ தன்னை மறந்து ஒருவன் பாடுவது போலவோ அமைந்தவை. அவற்றுக்கு ஒலியின்பத்தையும் பின்னணி வலுவையும் தருவதாக இசைக் கருவிகள் செயல்படுகின்றன. நீட்டி ஒலிக்கப்படும் உரைநடை என்பது பொருந்தும் எனவே இந்த மொழி பெயர்ப்பில் கவிதையின் செறிவைவிட உரைநடையின் இலகுத் தன்மையே முதன்மையாகிறது.

முன்னர் குறிப்பிட்ட அலாஸ்டெய்ர் ரீய்டின் கடித வாசகங்கள் தாம் இந்த மொழிபெயர்ப்பின் மையமான கோட்பாடு பாப்லோ நெரூதாவை பாரிஸ் உட்படப் பல இடங்களிலும் சந்தித்து ஆழமான நட்புகொண்டவர் ரீய்ட். நெரூதா கவிதைகள் மொழிபெயர்க்கும் திட்டத்தை முன்வைத்தபோது ரீய்டுக்கு அவர் வழங்கிய யோசனை. “என் கவிதைகளை வெறுமனே மொழிபெயர்க்காதீர்கள். நீங்கள் அவற்றை மேம்படுத்தவேண்டும் என்பதுதான் என் விருப்பம்” என்பது. இதே வரிகளைத்தான் ரீயட் எனக்கும் அறிவுரையாகக் குறிப்பிட்டிருந்தார். இது வரம்பற்ற சுதந்திரத்தையும் அபரிமிதமான பொறுப்புணர்வையும் வலியுறுத்தியதை இந்த மொழியெர்ப்பில் அனுபவித்திருக்கிறேன்.

கவிதைக் கலையின் எல்லாவிதமான கூறுகளாலும் நிறைவு செய்யப்பட்ட படைப்பு மனம் நெரூதாவுடையது. படிமம். உவமை, உருவகம், தற்குறிப்பு. முழக்கம், கூறியது கூறல், சிறிய வரிகள், நீண்ட வரிகள், அதர்க்கமான கற்பனைகள்

என கவிதைக்கான சகல அம்சங்களையும் அவர் தயக்கமின்றி ஏற்றுக்கொண்டிருக்கிறார். லத்தீன் அமெரிக்க நாடுகளின் கலாச்சாரக் குறிப்பீடுகளையும், நாட்டார் கவிதை. கலைவடிவங்களின் அடையாளங்களையும் தாராளமாகப் பயன்படுத்தியிருக்கிறார். இவை கவிதை வாசகனுக்கு பரவசம் மொழிபெயர்ப்பில் ஈடுபடுவனுக்கு சங்கடம். இந்த சங்கட முனைகளில் மட்டும் மொழிபெயர்ப்பாளனின் சுதந்திரம் அல்லது அத்துமீறலை மேற்கொண்டிருக்கிறேன். அது கவிதையை 'மேம்படுத்துவதற்காக' ஒரு பொருளைச் சார்ந்து பல படிமங்களையும் பல அடுக்குகளையும் உருவாக்குவது நெரூதாவின் பிரத்தியேக இயல்பு. கவிதையை மொத்தமாக வாசிக்கும்போது இது நெருடலாக இருப்பதில்லை. ஆனால் வரிகள் சார்ந்து முன்னேறும்போது இது தடையாக மாறுகிறது. இந்த இடங்களில் வரிகளைப் பிரித்தும் தெளிவுக்காக சொற்கள் அல்லது வரிகளைச் சேர்த்தும் மொழிபெயர்ப்பை அமைத்திருக்கிறேன். எனினும் இந்த மொழி பெயர்ப்பின் அடிப்படையில் மீறக்கூடாத விதிகளாகக் கருதியவை, ஒன்று கவிஞனின் மனோ தளத்திலிருந்து ஒருபோதும் விலகக்கூடாது. இரண்டு வாசிப்பு தன்மையுள்ளதாக இருக்க வேண்டும். இரண்டு விதிகளுக்கும் கீழ்ப்படிந்திருப்பதாகவே தோன்றுகிறது. தமிழ் வாசிப்புக்கு உதவும் நோக்கில் சில தலைப்புகள் மாற்றப்பட்டுள்ளன. ஒரு பொருளையோ நபரையோ முன்னிருத்திப் பாடப்படும் புகழ்ப் பாடலான 'ஓட்' பாடல் என்றே கையாளப்பட்டிருக்கிறது. இந்த நூறு கவிதைகளில் ஒன்றுக்கு மட்டும் புதிய தலைப்பு இடப்பட்டிருக்கிறது. நெரூதாவின் மறைவுக்குப் பின் வெளியான கவிதைகளில் ஒன்றான 'தி கிரேட் யூரினேட்டர்' 'மூத்திரக் குடுக்கை'யாகியிருக்கிறது. ஆத்திரக் குடுக்கை என்ற பொது வழக்கிலிருந்து உருவாக்கப்பட்ட சொற்சேர்க்கை அது.

இந்த மொழிபெயர்ப்புகளில் சில அவ்வப்போது சிற்றேடுகளில் வெளியாகி உள்ளன. பாப்லோ நெரூதா நூற்றாண்டையொட்டி நண்பர் மனோன்மணி பதினான்கு கவிதைகளை 'புது எழுத்து' சார்பில் தனி வெளியீடாகக் கொண்டுவந்தார். அவருக்கு நன்றி. நெரூதா கவிதைகளின் மொழிபெயர்ப்பைத் தொகுப்பாக வெளியிட முன்னரே நண்பர்கள் சிலர் ஆர்வம் கொண்டிருந்தனர். அறுபத்தொன்பது கவிதைகள் என்ற நிலையில் தயாரித்து வைத்திருந்த கைப்பிரதி வெவ்வேறு நண்பர்களிடம் வெவ்வேறு

சந்தர்ப்பங்களில் தங்கி இளைப்பாறியது. அந்தத் தருணங்களில் அவர்கள் காட்டிய உற்சாகம் இந்தப் பெருந்திரட்டுக்காகப் பணியாற்ற உந்துதலாகவுமிருந்தது. இந்த எண்ணிக்கையை நூறாக்கியதும் என் ஆசையைப் பேராசையாக்கியதும் தொடர்ந்து ஊக்கமளித்து தொகுப்பைச் சாத்தியமாக்கியதும் நண்பர் மனுஷ்யபுத்திரன் தான். அவருக்கு நன்றி தெரிவிப்பது மரபு சார்ந்த மரியாதைக்கும் அப்பாற்பட்டது.

பாப்லோ நெரூதாவின் கவிதைகளில் தொடர்ந்து இடம்பெறும் விஷயங்களில் கடலும் ஒன்று. அவரது கவிதையாக்கங்களையும் கடலுடன் ஒப்பிடலாம். ஓயாத அலைப் பெருக்கு. அறிந்தாலும் மிஞ்சியிருக்கும் மர்மங்கள் அபாரமாக விரிந்து கிடக்கும் நீர் வெளி, ஒளியையும் இருளையும் அடக்கிக்கொள்ளும் சாதுரியம். ரௌத்திர முழக்கங்கள் ரகசிய இசை. தன்மை ஆர்ப்பரிப்பு காலத்தைப் புறந்தள்ளும் நிரந்தரம் முடிவற்ற வசீகரம் இந்தக் கடற் குணங்களையெல்லாம் நெரூதாவின் கவிதைகளில் காண நேர்ந்தது என்று குறிப்பிட்டால் அது மிகையல்ல. கண்குளிரக் கண்ட பிறகும் கடல் நமக்குள் மிச்சமாக்கும் ஏக்கத்தை இந்த மொழியாக்கம் எனக்குள் அலையவிட்டிருக்கிறது. ‘இதற்குள் தண்ணீர் மிகப் பழையதாகிவிட்டது. அதனாலேயே புதிதாகி விட்டது’ என்பது நெரூதாவின் ‘குளிர்காலத்துடன் சந்திப்பு’ கவிதையில் வரும் ஒரு வரி. இந்த மொழிபெயர்ப்புப் பற்றிச் சொல்ல விரும்புவதும் இந்த வரிதான்.

திருவனந்தபுரம் **சுகுமாரன்**
14 டிசம்பர் 2004

நான் பிறந்தது தீர்ப்பு சொல்வதற்கல்ல; நேசிக்க.

பெருங்கவிஞனின் இயல்புகளாக மூன்று அம்சங்களைக் குறிப்பிடுகிறார் டி.எஸ். இலியட். அவை, எண்ணிக்கைப் பெருக்கம், வித்தியாசம், சீரான படைப்புத் திறன். பாப்லோ நெரூதாவை விட இலியட்டின் மதிப்பீட்டுக்குப் பொருத்தமான வேறொரு நவீன கவிஞர் இருப்பதற்கான வாய்ப்பில்லை. இந்த நோக்கில்தான் காப்ரியேல் கார்சியா மார்க்கேஸ் தனது நேர்காணலொன்றில் 'இருபதாம் நூற்றாண்டில் எந்த மொழியை எடுத்துக்கொண்டாலும் மகத்தான கவிஞர் நெரூதாதான்' என்று குறிப்பிட்டார்.

பதின்மூன்றாம் வயது தொடங்கி அறுபத்தொன்பதாம் வயதில் மறையும் வரை கவிதையின் பேரூற்றாக இயங்கியவர். தூதர், அரசியல்வாதி, மக்கள் உரிமைக்காகப் போராடிய போராளி என பிற ஈடுபாடுகளுடன் செயல்பட்டவர். எனினும் அவரது முதன்மையும் முழுமையுமான அக்கறை கவிதையாகவே இருந்தது. கவிதையைத் தனது செயல்பாடாக நம்பினார். வாழ்க்கையின் எல்லாத் தருணங்களையும் உயிரின் எல்லாச் சலனங்களையும் இயற்கையின் எல்லா வியப்புகளையும் வரலாற்றில் எல்லா நிகழ்வுகளையும் கவிதையால் எதிர்கொண்டார். 'மொழியில் மைதாஸ் அரசனைப் போன்றவர் பாப்லோ நெரூதா அவர் தொட்ட எல்லாமும் கவிதையாக மாறியது' என்று கார்லோஸ் ஃபுவான்டிஸ் கூறுவதில் பெருமிதம் சார்ந்த மிகையிருக்கிறது. பொய்யில்லை. தனது சமகாலத் தலைமுறையைப் பாதித்தது போலவே மறைந்து முப்பதுக்கும் மேற்பட்ட ஆண்டுகளான

பின்னும் புதிய தலைமுறையினரால் வாசிக்கவும் போற்றவும் படுகிறார் என்பதில் பெருமிதம் கொள்ள வாய்ப்பில்லாமலில்லை.

பாப்லோ நெரூதா என்ற ரிக்கார்டோ எலிஸெர் நெப்தாலிரேயஸ் பஸ்வால்தோ சிலியின் மத்தியப் பகுதி நகரமான பாரால்லில் பிறந்தார். பிறந்த நாள் 12 ஜூலை 1904. தகப்பனார் ஜோஸ் தெல் கார்மன் ரேயஸ் மொரலேஸ் ஒரு ரயில்வே பணியாளர். தாய் ரோஸா நெஃப்தாலி பஸ்வால்தோ ஒபாஸோ பள்ளி ஆசிரியை நெஃப்தாலி பிறந்த சில நாட்களிலேயே காசநோயின் தீவிரத்தால் ரோஸா மரணமடைந்தார். சில ஆண்டுகளுக்குப் பிறகு கார்மன் ரேயஸ் மறுமணம் செய்து கொண்டார். குடும்பத்துடன் தெமுகோ நகரத்துக்குக் குடியேறினார். நெஃப்தாலியின் பிள்ளைப் பருவமும் இளமைப் பருவமும் தெமூகோவில்தான் கழிந்தது. உள்ளூர்ப் பெண்கள் பள்ளியின் தலைமையாசிரியையாக இருந்த கவிஞர் காப்ரியேலா மிஸ்ட்ரால் பையன் நெஃப்தாலியின் இலக்கிய ஆர்வத்துக்கும் எழுத்து முயற்சிகளுக்கும் தூண்டுதலாக இருந்தார். பதின்மூன்றாம் வயதிலேயே நெஃப்தாலி உள்ளூர் நாளிதழான *'லா மனானா'*(காலை)வில் கட்டுரைகள் எழுதிக் கொண்டிருந்தான். அதே பத்திரிகையில்தான் முதல் கவிதையும் வெளிவந்தது. 1920 வாக்கில் *'செல்வா ஆஸ்த்ரால்'* என்ற பிரசித்தி பெற்ற இலக்கிய ஏட்டில் நெஃப்தாலி தொடர்ந்து கவிதைகளை எழுதினான். கலைஞர்கள், கவிஞர்களெல்லாம் சமூகத் திரிபுகள், உதவாக்கரைகள் என்று கறாராக நம்பிய தந்தையின் கண்டனத்திலிருந்து தப்புவதற்காக நெஃப்தாலி வைத்துக் கொண்ட புனைபெயர் பாப்லோ நெரூதா. நெக்கோலாவியக் கவிஞரான யான் நெரூதாவின் நினைவாக வரித்துக் கொண்ட பெயர். இந்தப் புனைபெயரில்தான் முதலாவது கவிதைத் தொகுப்பான *'அந்தி வெளிச்சம்' (கிரெபகுலாரியோ)* வெளியானது. அச்சுக் கூலிக்காக வீட்டுச் சாமான்கள் சிலவற்றையும் அப்பா வங்கிக் கொடுத்திருந்த கடிகாரத்தையும் விற்றான். 'கவிஞன் என்று பொது அரங்கில் அறிமுகப்படுத்தப்படும் போது போட்டுக் கொள்வதற்காக வைத்திருந்த மேலங்கியை(கோட்டை)யும் கவிதைக்காக விற்கவேண்டிவந்தது' என்று குறிப்பிடுகிறார்.

1924 ஆம் ஆண்டு வெளியான *'இருபது காதல் கவிதைகளும் ஒரு நிராசைப் பாடலும்'* தொகுப்பு பாப்லோ நெரூதா என்ற கவிஞனை உலகத்துக்கு அறிமுகப்படுத்தியது. அந்த அறிமுகம்

மாபெரும் புகழுக்கு இலக்காக்கியது. இன்றும் நெரூதாவின் அதிகம் சிலாகிக்கப்படுவதும் அதிகப் பதிப்புகள் வெளியானதும் அதிகமான மொழிப்பெயர்க்கப்படுவதுமான நூல் அவரது இந்த இருபதாம் வயதுப் படைப்புத்தான்.

இக்காலப் பகுதியில் நெரூதா சாந்தியாகோவிலுள்ள சிலி பல்கலைக் கழகத்தில் பிரெஞ்சு மொழியையும் ஆசிரியப் பயிற்சிக் கல்வியையும் கற்றுக் கொண்டிருந்தார். இருபத்து மூன்றாம் வயதில் சிலி அரசால் பர்மா நாட்டின் (இன்றைய மியான்மர்) தூதராக நியமிக்கப்பட்டார். கௌரவமான பதவி. ஆனால் பொருளாதார ரீதியில் ஆதாயமற்ற வேலையாக இருந்தது. எப்போதுமே தன்னை ஒரு ஆதரவற்ற அநாதையாகக் கருதி வந்த நெரூதாவுக்கு அயல் நாட்டு வாசம் தனிமையுணர்வை அதிகமாக்கியது. 1927 முதல் 35 வரையிலான எட்டாண்டுக் காலம் இலங்கை, ஜாவா, சிங்கப்பூர் போன்ற கீழை நாடுகளிலும் ப்யூனஸ் அயர்ஸ், பார்ஸிலோனா, மாட்ரிட் ஆகிய நகரங்களிலும் பணியாற்றினார்.

'தனிமைத் துயரங்களின் காலம்' என்று நெரூதா கசந்துகொள்ளும் இந்த கட்டத்தில்தான் 'பூமியில் வசிப்பிடம்' கவிதைகள் உருவாக்கப்பட்டன. இறுக்கமும் சர்ரியலிசத்தன்மையும் கொண்ட இந்தக் கவிதைகள் நெரூதாவின் இலக்கிய முயற்சிகளில் திருப்புமுனைச் சாதனையாகவும் குறிப்பிடப்பட்டன. ஏறத்தாழ இந்தக் கால அளவில்தான் ஃபெடரிகோ கார்சியா லோர்க்கா, மிகயில் ஹெர்னாண்டஸ், ரஃபேல் ஆல்பர்ட்டி முதலான பலரோடு நெரூதாவுக்கு தோழமையும் நெருக்கமும் உருவாயிற்று. உற்சாகமும் படைப்பூக்கமும் ஜொலித்து நின்ற அந்த நாட்கள் வெகு விரைவில் இருண்டன.

1936 இல் ஸ்பானிய உள்நாட்டுப் போர் வெடித்தது. லோர்க்கா படுகொலை செய்யப்பட்டார். பாசிச அராஜகங்கள் பொதுமக்கள் வாழ்க்கையை அவலமாக்கின. தன்னுணர்வும் சர்ரியலிச அணுகுமுறையும் மையமாகவிருந்த நெரூதாவின் படைப்பு மனம் மாற்றம் கண்டது. அதுவரை அரசியல் சார்ந்த நிலைப்பாடு மேற்கொள்ளாமலிருந்தவர் குடியரசு இயக்கத்தின் ஆதரவாளரானார். அதன் காரணமாக பதவி நீக்கம் செய்யப்பட்டார். இதே காலப் பகுதியில் எழுதி

வெளியான 'என் இதயத்தில் ஸ்பெயின்' கவிதைத் தொகுப்பு நெரூதாவின் பார்வை மாற்றத்துக்குத் துலக்கமான உதாரணம். அரசியல் சார்பும் சமூகப் பிரச்சனைகள் குறித்த அக்கறைகளும் கவிதைப் பொருளாயிருந்தன. யுத்தத்தால் அடைக்கப்பட்டிருந்த குடிமக்களின் நாவில் நெரூதாவின் கவிதைகள் மொழியாயின.

1939 இல் ஸ்பானியத் தூதராக பாரீஸிலும் குறுகிய நாட்களுக்குப் பின்பு பதவி உயர்வு பெற்று மெக்ஸிகோவிலும் பணியமர்த்தப்பட்டார் நெரூதா. 'சிலியின் பொதுப் பாடல்' (காண்டோ ஜெனரல் ஆஃப் சிலி) என்ற பெயரில் எழுதித் தொகுத்து வைத்திருந்த கவிதைப் படைப்பை அவர் விரிவாக்கம் செய்யத் தொடங்கியது மெக்ஸிக வாழ்க்கையின் பின்னணியில்தான். சிலியின் பொதுக் காண்டமாக இருந்த படைப்பு தென் அமெரிக்கக் கண்டத்தின் பொதுக் காண்டமாக விரிந்தது. ஒரு மொத்த நிலப் பரப்பின் இயற்கை, அதன் மக்கள், அதன் வரலாற்று விதி ஆகியவற்றைக் காவியப் பார்வையில் நிறுவிச்செல்லும் முயற்சி, 'பொதுக் காண்டம்' (காண்டோ ஜெனரல்) நீண்ட காலத் திருத்தங்களுக்கும் அவ்வப்போதான சேர்க்கைகளுக்கும் பின்னர் 1950 இல் வெளியிடப்பட்டது. மெக்ஸிகோ உட்படப் பிற லத்தீன் அமெரிக்க நாடுகளில் வரவேற்புக்கு உள்ளான இந்நூல் நெரூதாவின் சொந்த நாடான சிலியில் தடை செய்யப்பட்டது.

பாப்லோ நெரூதா 1943 இல் நாடு திரும்பினார். இரண்டாண்டுகளுக்குப் பிறகு குடியரசுக் கட்சியின் செனட்டராகத் தேர்ந்தெடுக்கப்பட்டார். சிலி கம்யூனிஸ்ட் கட்சியின் உறுப்பினருமானார். 1947 இல் அப்போதைய சிரியா அதிபர் கோன்சாலஸ் விடேலா, சுரங்கத் தொழிலாளர்களுக்கு எதிராக மேற்கொண்ட அடக்குமுறை நடவடிக்கையைக் கடுமையாக விமரிசித்தார். விளைவு? சொந்த மண்ணிலேயே இரண்டாண்டுகள் தலைமறைவு வாழ்க்கை தொடர்ந்து நாட்டை விட்டு ரகசியமாக வெளியேறினார். (இந்த அனுபவத்தை தனது நோபல் உரையில் விரிவாகப் பேசுகிறார் நெரூதா). விடேலா எதிர்ப்பு அணியின் வெற்றிக்குப் பின்னர் 1952 இல், வெவ்வேறு ஐரோப்பிய நாடுகளில் வாழ்ந்த நெரூதா தாயகம் திரும்பினார். இந்தத் தலைமறைவுப் பருவத்தில் அவர் எழுதியவற்றில் அரசியல் செயல்பாட்டாளர் என்ற

அடையாளமும் பதிந்திருந்தது. *திராட்சையும் காற்றும்* (1954) தொகுப்பு நெரூதாவின் தலைமறைவுக் கால நாட்குறிப்பு என்றே குறிப்பிடப்படுகிறது. 1953 இல் நெரூதாவுக்கு 'ஸ்டாலின் விருது' வழங்கப்பட்டது.

'எக்ஸ்ட்ராவகாரியோ' (1958) தொகுப்பு பாப்லோ நெரூதாவின் இன்னொரு பரிமாணத்தை முன்வைத்தது. சார்புநிலை அரசியலால் மனங்கசந்து போன கவிஞனின் துக்கச் சாயலையும் பொதுவான பாடு பொருள்களில் அடைக்கலம் தேடுகிற சுபாவத்தையும் வெளிப்படுத்தியது. இப்போது என்னைச் சும்மா விடுங்கள். 'இப்போது நானில்லாமல் செயல்படக் கற்றுக் கொள்ளுங்கள்' என்ற இறைஞ்சுதல் அதிலிருந்தது. அன்றாட நடப்புகள் சார்ந்தவையும் தனது நம்பிக்கைகளை மறு விசாரணைக்கு உட்படுத்துபவையுமான கவிதைகளை வாசகனிடம் பகிர்ந்துகொண்ட தொகுப்பாக இருந்தது இந்நூல். காதல் கவிதைகளுக்குப் பிறகு சாதாரண வாசகர்களிடம் நெரூதாவை நெருங்கச் செய்த தொகுப்பு இதுதான்.

தொடர்ந்து வந்த ஆண்டுகளில் பாப்லோ நெரூதா விரிவாகப் பயணம் செய்தார். அதிகமாக எழுதினார். சிலியின் பசிபிக் கடற்கரைப் பிரதேசமான ஐலா நீக்ராவில் குடியமர்ந்தார். நீண்ட கால அரசியல் குழப்பங்களுக்குப் பின்பு சிலியில் மக்கள் ஆதரவுடன் ஓர் ஆட்சியமைப்பு உருவாகும் காலநிலை தோன்றியிருந்தது. சிலி நாட்டுத் தொழிலாளர்களும் ஜனநாயக விசுவாசிகளும் அதிபர் தேர்தலில் போட்டியிடுமாறு தங்கள் கவிஞரை வற்புறுத்தினர். நண்பரும் தோழருமான சால்வதோர் அலெண்டேவுக்குப் போட்டியாளராக விரும்பாத நெரூதா அந்தப் பொது வலியுறுத்தலை ஏற்றுக்கொள்ள மறுத்தார். 1970 தேர்தலில் அலெண்டே தலைமையில் ஆட்சியமைந்தது. சிலியின் தூதுவராக நியமனம் பெற்ற நெரூதா பாரீஸ் வாழ்க்கைக்குத் திரும்பினார். 1971 இல் இலக்கியத்துக்கான நோபல் பரிசு 'ஒரு கண்டத்தின் விதியையும் மக்களின் கனவுகளையும்' கவிதைகளில் நிரந்தரமாக்கிய பாப்லோ நெரூதாவுக்கு வழங்கப்பட்டது.

பின்வந்த நாட்களில் வரவிருக்கும் இருண்ட காலத்தின் காலடியோசைகளைக் கேட்டிருந்திருக்கிறார் நெரூதா. ஒன்று சொந்த மரணத்தின் வருகை. இரண்டுமுறை உடல் நலம்

சீர்குலைந்ததைத் தொடர்ந்து பரிசோதித்ததில் புற்றுநோயின் கால்கள் அவரது இரத்தத்தில் ஊரத் தொடங்கியிருப்பது புலனாயிற்று. இரண்டாவது அலெண்டேவின் அரசைக் கவிழ்க்க நகரும் ராணுவத்தின் அணிவகுப்பு.

1973 செப்டம்பர் 11. அலெண்டேயின் குடியரசு, ராணுவத்தால் கவிழ்க்கப்பட்டது. அலெண்டே கொல்லப்பட்டார். ஆயிரக்கணக்கான பொதுமக்களும் கலவரத்தில் கொல்லப்பட்டனர். நோய் முற்றிச் சிகிச்சையிலிருந்த நெரூதா இந்தத் தகவல்களால் சிதறுண்டு போனார். அவருக்குரிமையான மூன்று வீடுகளும் சோதனை என்ற பெயரால் ராணுவத்தால் சூறையாடப்பட்டன. 'தேடுங்கள் உங்களுக்கு அபாயம் விளைவிக்கக்கூடிய ஒரு ஆயுதம் இங்கே இருக்கிறது கவிதை' என்று அவர்களிடம் சீறினார் நெரூதா. உடல்நிலை மோசமானதைத் தொடர்ந்து சாந்தியாகோவிலுள்ள மருத்துவமனையில் சேர்க்கப்பட்டார்.

செப்டம்பர் 23 ஆம் தேதி, ஞாயிறு, இரவு பத்தரை மணி. மருத்துவமனைப் படுக்கையில் கிடந்த நெரூதாவின் உடல் நடுங்கியது. 'நான் போகிறேன்' என்ற வாசகத்துடன் உயிர் சலனமற்று அடங்கியது. நெரூதாவின் இறுதி ஊர்வலம் சிலியின் சர்வாதிகாரி அகஸ்டோ பினோஷேவுக்கு எதிரான மக்கள் எழுச்சியின் தொடக்கமாயிற்று.

'மனிதனுக்குள்ளிருந்து எழும் அக அழைப்பே கவிதை. அதிலிருந்தே பிரார்த்தனைகளும் துதிப்பாடல்களும் மதத்தின் உள்ளடக்கங்களும் உருவாயின' என்ற நம்பிக்கையை 'நினைவுக் குறிப்புகளி'ல் பதிவுசெய்கிறார் பாப்லோ நெரூதா. ஸ்பானியக் கவிதை மரபின் நாடியோட்டத்தில் துடிப்பாக இந்த வாசகத்தைக் கருதலாம். கூடவே நெரூதாவின் கவிதைக்கான இடத்தை நிர்ணயிப்பதாகவும் கொள்ளலாம்.

லத்தீன் அமெரிக்கக் கவிதையில் 'நவீனத்துவ'த்தின் (மாட்ர்னிஸ்மோ) உச்சகட்ட வேளையில் கவிஞனாக அறிமுகமாகிறார் நெரூதா. பத்தொன்பதாம் நூற்றாண்டில் ஸ்பானிய மொழி அதீத அலங்காரங்களின் கிடங்காக இருந்தது. சிம்பலிசத்தால் உந்துதல் பெற்ற ஸ்பானியக் கவிஞர்களான ரூபன் தாரியோ (நிகராகுவா) போன்றவர்கள் மொழியைத் தூய்மைப்படுத்தும் பணியை மேற்கொண்டனர். ஓர் அர்த்தத்தில்

இது ‘தூய கவிதை’ இயக்கம். நவீன ஆங்கிலக் கவிதைக்கு டி.எஸ். இலியட் ஆன்மிகச் சாயலை வழங்கியதுபோல ரிக்கார்டோ மோலிநாரி (அர்ஜென்டீனா) அல்ஃபான்சோ ரேயஸ் (மெக்ஸிகோ) ஆகியோர் ஸ்பானியப் புதுக்கவிதையில் ஆன்மிகத் தன்மையை ஏற்றினார்கள். காலப் போக்கில் இது ஜப்பானியக் கவிதை வடிவங்களின் நகலாகவும் புத்த தத்துவச் சிந்தனையில் வியாக்கியானமாகவும் கிரேக்க, ஸ்கான்டிநேவியப் புராணிகங்களின் சொல்லாடலாகவும் குறுகின.

நவீனத்துவத்தின் இரண்டாம் கட்டம் ‘புத்துலக இயக்கம்’ (முண்டோ நோவிஸ்மோ) கலை, கலைக்காக என்ற வாதத்தைப் புறக்கணித்த கவிதையை அன்றாட வாழ்வின் செயலும் உந்துதலுமாகக் கண்ட கவிஞர்களான என்றிச் மார்டினெத் (மெக்ஸிகோ) ஹெட்டோ இ ரீஸிங் (உருகுவே), ஹோலே சாந்தோஸ் (பெரூ) ஆகியோர் இந்தப் போக்கை முன்னெடுத்துச் சென்றனர். இந்தப் புத்தியக்கம் புதுப்புது மரபுகளையும் தோற்றுவித்தது. எளிய நடைக்கு முக்கியத்துவம் கற்பித்த ‘ஸென்டிலிசம்மோ’ ஓவியக்கலையின் பாதிப்பில் உருவான ‘கியூபிசம்மோ’ மொழியியல் சோதனைகளை மேற்கொண்ட அதிநவீனம் (அல்ட்ராயிசம்மோ), கரீபிய, பிரேஸில் பிரதேசங்களில் செல்வாக்குப் பெற்றிருந்த கறுப்பு இலக்கியம் (நெக்ரிசம்மோ) எனப் பல்வேறு இயல்புகளின் பொதுக் கவிதைமொழி உருவானது. இந்த இரண்டாம் கட்டத்தின் உச்சத்தில் ஸ்பானியக் கவிதையில் கலகக் குரலாக ஊடுருவினார் பாப்லோ நெரூதா.

புரியாத் தன்மையும் மேற்குடிச் சாயலுமுள்ள கவிதைப் போக்குகளுடன் அவரால் ஒருபோதும் உடன்பட முடியவில்லை. கவிதை வடிவத்தில் எளிமையையும் ஜனநாயகத் தன்மையையும் நிலை நிறுத்திய வால்ட் விட்மன்தான் அவருடைய முன்னோடியாக இருந்தார். “ஸ்பானிய மொழியில் எழுதும் கவிஞனான நான் ஸெர்வான்டிசைவிட வால்ட் விட்மனிடமிருந்து அதிகமாகக் கற்றுக்கொண்டிருக்கிறேன்” என்று அமெரிக்கப் பயணமொன்றின்போது நெரூதாவே குறிப்பிட்டார். எனினும் எல்லாவிதமான கவிதைப் போக்குகளையும் வடிவங்களையும் தனது படைப்பாக்கத்தில் ஈடுபடுத்தியிருக்கிறார். ஆரம்பகாலக் கவிதைகளில் சர்ரியலிசத் தன்மை. பின்பு தன்னுணர்வுப்

பாடல்களின் கூறுகள். காவியத்தின் உருவம். விடுகதை. இசைப் பாடல்கள் உருவகக் கதைகள், மேடைப்பேச்சு கோஷங்கள் நேரடியான எளிய நடை. இவற்றில் எதையும் கவிதையாக்கத்திலிருந்து விலக்கி வைக்கவில்லை. இவை எல்லாவற்றையும் ஏற்றுக்கொண்டிருந்தபோதும் ஒரு குறிப்பிட்ட இயக்கத்தின் நடைமுறையாளரென்றோ. ஒரு பிரத்தியேகப் போக்கின் ஆதரவாளரென்றோ வகைப்படுத்த முடியாதபடி பன்முகத் தன்மையும் பலகுரல் மொழியும் கொண்டிருந்தார். அவர் சில சமயம் பழைய வரிகளைச் செப்பனிட்டுப் புதுப்பித்தார். சில சமயம் சக கவிஞர்களுக்கு இணையாகச் சிந்தித்தார். சில சமயம் இன்னமும் பிறக்காத கவிதையின் பேற்று நோவை அனுபவித்தார். 'எனது கவிதைகளுக்கு ஏதேனும் பண்பு உண்டென்றால் அது அவற்றின் உயிருள்ள தன்மைதான்' என்ற ஒப்புதல் செய்துமிருக்கிறார்.

1935 இல் 'தூய்மையற்ற கவிதைக்காக' என்ற பெயரில் நெரூதா ஒரு பிரகடனத்தை வெளியிட்டார். அவரது கவிதையின் அழகியலாக இதை ஏற்பதில் தவறில்லை.

> "அமிலத்தால் ஏற்பட்டதுபோல் கைப்புழக்கத்தால் தேய்மானம் வந்த, வியர்வையும் புகையும் கறைப்படுத்திய, லில்லிப் பூவும் சிறுநீரும் மணக்கிற, சட்டத்துக்குட்பட்டும் விரோதமாகவும் நாம் செய்யும் செயல்களின் வித்தியாசங்கள் பதிந்த கவிதை, உணவுக்கறையும் அவமானமும் பற்றிக் கொண்டிருக்கும். ஒடுக்குகளும் கவனங்களும் கனவுகளும் உறக்கமின்மையும் ஆருடங்களும் நட்பு - பகை அறிவிப்புகளும் மடத்தனங்களும் பதற்றங்களும் நாடோடித்தனங்களும் அரசியல் நம்பிக்கைகளும் எதிர்ப்புகளும் சந்தேகங்களும் நிச்சயப் படுத்தல்களும் புகழ்ச்சிகளும் ஒன்றிணைந்த உடல்போல், ஒரு பழந்துணிபோல, தூய்மையற்ற கவிதை"

இவை அந்தப் பிரகடனத்தின் சில வரிகள், வரிகளின் எடுத்துக்காட்டுகளை நெரூதாவின் கவிதையுலகிலிருந்து தேர்ந்தெடுப்பது எளிது என்பது பிரகடனத்தின் நம்பகத் தன்மையை உறுதிப்படுத்துகிறது.

நெரூதாவின் கவிதையியலை இலான் ஸ்டாவன்ஸ் மூன்று சொற்களில் வகுக்கிறார். எளிமை, நேர்மை, திடநம்பிக்கை.

பாப்லோ நெரூதாவின் கவிதைப் பரப்பை பொருளடிப்படையில் ஆறு பகுதிகளாகப் பிரித்துவிடலாம். காதல், தனிமை, இயற்கை, மரணம், அரசியல், வரலாறு. இந்தப் பெரும் பிரிவுகளை மேலும் பகுத்து அவருடைய கவிதைப் பரப்பை அளந்தும் விடலாம். அப்படி ஒரு முயற்சி வெற்றி பெறுமானால் அது ஒரு மாபெரும் வாழ்க்கையை அளந்து முடித்ததற்கு ஒப்பாகும். கவிஞனாக அல்லாத வாழ்க்கையும் வாழ்க்கை சாராத கவிதையையும் நெரூதா யோசித்ததுகூட இல்லை.

நெரூதா கவிதையின் உள்ளார்ந்த கூறுகளிலொன்று அரசியல். தன் கவிதைகளிலிருந்து அரசியலைப் பிரிக்க விரும்புகிறவர்கள் உண்மையில் கவிதையின் எதிரிகள் என்று கருதினார். அவரை மக்களின் கவிஞராக்கியதும் மட்டரகமான பிரச்சாரகர் என்ற தூற்றுதலுக்குள்ளாக்கியதும் அவரது அரசியல் ஈடுபாடுதான். ஆனால், அந்த ஈடுபாடு மனிதன் என்ற நிலையில் அறவுணர்வையும் கவிஞன் என்ற வகையில் எந்த அனுபவமும் தீண்டத்தகாததல்ல என்ற உரிமை பாராட்டலையும் சார்ந்தது.

ஆரம்ப காலக் கவிதைகளில் வேட்கை மிகுந்த காதலனாகவும் தனிமையின் இருளில் கால் பதியாமற் தவித்தவனாகவும் புலப்பட்ட நெரூதாவை அரசியல் சார்பாளராக்கியது ஸ்பானிய யுத்தமும் ஃபாசிச அடக்குமுறைகளும். மனித உயிர்கள் மீதான பரிவும் மனித சூழல் நிர்மூலமாக்கப்படுவதில் மூண்ட கோபமும் அவரை மாற்றின. ஜனநாயக ஆதரவாளராக இருந்ததன் காரணமாக துன்புறுத்தப்பட்டார். நாட்டிலிருந்து விரட்டப்பட்டார். ‘எனது பாடல்களைப் பாடவும் நேசிக்கவும் நான் வதைபட வேண்டியிருந்தது. போராட வேண்டியிருந்தது. பூமியில் என் பங்கு வெற்றிகளையும் தோல்விகளையும் அடைந்தேன். ரொட்டியையும் இரத்தத்தையும் சுவைத்தேன். இதைவிட ஒரு கவிஞனுக்கு என்ன வேண்டும்?’ என்று கர்வத்தோடு பின்நாளில் கேட்டார்.

இடதுசாரி அணுகுமுறையுள்ள கவிஞராக அறியப்பட்டிருந்தாலும் கட்சியின் அடையாள அட்டையுள்ள கம்யூனிஸ்டாக ஆனது 1945 இல்தான் அர்ஜென்டீனாவைச் சேர்ந்த ஓவியரான டேலியா தெல் காரில் அவரை உற்சாகப்படுத்தி அரசியலில் ஈடுபடச் செய்தார். பாப்லோ நெரூதாவின் அரசியல் அணுகுமுறையில்

இரண்டுவிதமான பார்வைகள் இருந்தன. ஒன்று: மார்க்ஸியத்தின் மானுடக் கனவு. மற்றது: இடதுசாரி அரசியலின் சித்தாந்த இறுக்கம். முதலாவது பார்வையை முன்வைத்த நெரூதா எல்லாராலும் நேசிக்கப்பட்டார். இரண்டாவது பார்வைகொண்ட நெரூதா இலக்கிய ஆர்வலரால் சந்தேகிக்கப்பட்டார். ஆனால், அவர் ஒருபோதும் சித்தாந்தத்தின் கைதியாக இருக்கவில்லை.

கம்யூனிசம் அல்லது மார்க்சியம் மக்களை நம்புவதற்கான தூண்டுதலை நெரூதாவுக்கு வழங்கியது. வரலாற்றை அடித்தள மனிதனின் பங்களிப்பாகப் புரிந்துகொள்ளக் கற்பித்தது. போராடுவதன் மூலமே வாழ்க்கையைப் பொருளுள்ளதாக்க முடியும் என்று தெளிவாக்கியது. இந்த விளக்கத்தின் சான்றுகளை அவரது கவிதைகளில் எளிதில் கண்டறிய முடியும்.

கம்யூனிச சித்தாந்தத்தின் இறுக்கம் நெரூதாவை கீழ்ப்படிதலுள்ள கட்சிக்காரனாக மட்டுமே அங்கீகரித்திருந்தது. 'எதையும் யாரையும் விடவும் கட்சி பெரிது' என்று ஒப்பிக்கச் செய்திருந்தது. இந்தப் பார்வை காரணமாகக் கடும் விமரிசனங்களுக்கு ஆளானார் அவர். ஸ்டாலின் மீதான நெரூதாவின் பற்று ஒரு கட்சிக்காரனின் விசுவாசம். அதை ஒரு வெகுளித்தனமான மகிழ்வோடு அவர் கொண்டாடிக் கொண்டுமிருந்தார். 1950 வரை, இருபதாவது கட்சிக் காங்கிரஸில் ஸ்டாலின் யுகத்தின் பாதகங்களையும் கொடுமைகளையும் குருஷேவ் வெளிப்படுத்தும்வரை. சோவியத் யூனியன் மீதான மோகமும் ஸ்டாலின் மேலுள்ள விசுவாசமும் உலுக்கப்பட்டது. நெரூதா குலைந்து போனார். 'சாத்தானும் கடவுளும் ஒரே உடலில் குடியிருக்கும் நபர்' என்று ஸ்டாலினைக் குறிப்பிட்டார் இதன் எதிர்வினை அவரது படைப்பாக்கத்தில் நேர்ந்த மாற்றத்தில்தான் புலப்பட்டது. சித்தாந்த மோசடியின் கசப்புகளைத் துடைக்க அன்றாட வாழ்வின் நிகழ்வுகளையும் தனது நம்பிக்கைகளின் விமரிசனத்தையும் மையமாகக் கொண்ட கவிதைகளை எழுதுவதில் கவனத்தைக் திருப்பினார். (எக்ஸ்ட்ராவகாரியோ தொகுப்பு உதாரணம்) சோவியத்தின் எடுபிடி, ஸ்டாலின் மூடவிசுவாசி என்ற சிறப்புப் பெயர்கள் அவர் மீது தொடர்ந்து ஒட்டவைக்கப்பட்டே வந்தன. அது பற்றி வருத்தங்கள் இருப்பினும் மார்க்சிய அடிப்படையிலிருந்து விலகுவதை அவர் ஏற்கவில்லை. இறுதிவரை மார்க்சியத்தை அவர் கண்டது அறவுணர்வின் ஆதாரப் புள்ளியாக

இயற்கைக்கும் மனிதனுக்குமான உறவை நிறுவும் ஆன்மிகக் கவிதைகளை எழுதவோ காதலையும் காமப் பரவசத்தையும் கொண்டாடிக்கொள்ளும் மொழியை உருவாக்கவோ கவிதையில் புதிய சோதனைகளை மேற்கொள்ளவோ அவரது சார்புநிலை தடையாகவில்லை. கவிஞனாக தனது சுதந்திரத்தை அவர் உணர்ந்திருந்ததே காரணம்.

இருபதாம் நூற்றாண்டின் முக்கிய நிகழ்வுகள் எல்லாவற்றுக்கும் நெரூதாவின் கவிதை சாட்சியாக இருந்திருக்கிறது. ரஷ்யப் புரட்சி, ஸ்பானிய உள்நாட்டுப் போர், நாஜிசம், ஸ்டாலினிசம், இரண்டாம் உலகப் போர் கட்டவிழ்த்துவிட்ட படுகொலைகள், ஏகாதிபத்தியம், காலனியாதிக்கம். மறைமுகப்போர்கள், லத்தீன் அமெரிக்க நாடுகளின் அரசியல், பொருளாதார நெருக்கடிகள், ஃபிடல் காஸ்ட்ரோவின் கியூபப் புரட்சி, வியத்நாம் போர், 1968 இல் நிகழ்ந்த மாணவர் கொந்தளிப்பு, சொந்த மண்ணில் சோஷலிசத்தின் வருகை, அதற்கெதிரான ராணுவக் கலவரம் - சமகாலச் சரித்திரித்தை நெரூதா தனது கவிதைகளில் பதிந்ததுபோல் நவீன கவிஞர் வேறு எவராவது செய்திருக்கக் கூடுமென்பது சந்தேகமே.

கவிதையுலகில் பாப்லோ நெரூதா அறிமுகமானதும் தனது இடத்தை நிறுவிக்கொண்டதும் ஓர் இளங்காதலனாகவே. வாழ்நாள் முழுவதும் வேட்கை மிகுந்த காதலனாகவும் அதே சமயம் இயற்கையின் தீவிர ஆராதகனாகவும் இருந்திருக்கிறார். இந்த இருவகைக் காதலையும் பேதப்படுத்திக் காண்பது கடினம். பெண் மீதும் பெண்ணுடல் மீதுமான அவரது குதூகலம் இயற்கை மேலுள்ள மோகத்தின் இன்னொரு சாயல். "காதல் - நீருடனும் நட்சத்திரங்களுடனும் ஒரு பயணம் / மூழ்கும் காற்றுடனும் மகரந்தப் புயல்களுடனும் ஒரு பயணம் / காதல் - மின்னல்களின் மோதல் / இரு உடல்கள் ஒரே தேனில் அமிழ்கின்றன" என்ற வரிகள் இதன் விளக்கமாகலாம். (மேற்கோள் *நூறு காதல் சானெட்டுகளிலிருந்து*)

பெண் ஸ்பரிசங்களின் வளம் நிரம்பியது அவரது அந்தரங்கம். மூன்று மனைவியர். அநேக தோழியர். எண்ணிக்கையில் அடங்காத படுக்கையறைப் பங்காளிகள். அயலிட வாழ்க்கை மேற்கொண்டிருந்த காலத்தில் நுகர் பண்டமாக அவர் துய்த்து

வீசிய பெண்கள் பலர். ஜோஸி பிளிஸ் அவர்களில் ஒருவர். பர்மியப் பெண்ணான அவர் நெரூதாவை விரட்டிவிரட்டிக் காதலித்தவர். தன்னை மணந்து கொள்ளும்படி வற்புறுத்தியவர்.

அவரிடமிருந்து நழுவிக்கொண்டிருந்தார் நெரூதா. வெறிகொண்ட ஜோஸி பிளிஸின் காதல்வதைக்குப் பயந்து இரவோடு இரவாக பர்மாவை விட்டே வெளியேறினார். நெரூதாவின் உணர்ச்சிக் கொந்தளிப்பாக காதல் கவிதைகளில் அந்த அசட்டுக் காதலியை முன்னிறுத்தி எழுதிய 'மனைவி இழந்தவனின் டாங்கோ' தனியிடம் பெறும்.

ஜோஸி பிளிஸைக் கைவிட்ட பிறகு மரியா அந்தோனியேட்டா என்ற டச்சுப் பெண்ணை (1930 இல்) மணந்துகொண்டார். அந்த உறவில் ஒரு பெண் குழந்தையும் பிறந்தது. ஆறு ஆண்டுகளுக்குப் பின் மணவுறவு முறிந்தது. பிள்ளைப்பருவ நோயால் அற்பாயுளில் மறைந்த அந்தக் குழந்தையை 'புலம்பலுடன் ஒரு பாடலி'ல் நெரூதா நினைவு கூர்ந்தார்.

டேலியா தெல் காரில் அவரது இரண்டாம் மனைவி. செயல்பாட்டு அரசியலில் நெரூதாவை ஈடுபடுத்தியவர் டேலியா. 1943 இல் திருமணம் நடைபெற்றது. ஆனால் இந்தத் திருமணத்துக்கு அப்போதிருந்த சிலி அரசின் அங்கீகாரம் மறுக்கப்பட்டது. சொந்த நாட்டில் வாழவதை இன்றியமையாத தேவையாக நெரூதா கருதினார். 1955 இல் தம்பதிகள் பிரிந்தனர். நெரூதாவின் நினைவில் 'டேலியா, உண்மையை நோக்கித் திறந்த ஜன்னலில் வெளிச்சம்.'

நெரூதாவின் பிற்காலக் கவிதைகளின் வழிபாட்டுத் தேவதை மெட்டில்டே உரூஷியா. சிலியைச் சேர்ந்த பாடகி. 1966 இல் இருவரும் மணந்து கொண்டனர். *நூறு காதல் சானெட்டுகளின்* உந்துதலும் மையப் பொருளும் உருஷியாவின் காதல்தான். நெரூதாவின் பிற்காலப் படைப்புகளை ஒழுங்குபடுத்தியதும் அவரது மறைவுக்குப் பிறகு நூல் வெளியீடுகளை நெறிப்படுத்தியதும் உரைகளையும் நேர்காணல்களையும் பத்திரிகைப் பத்திகளையும் சீரமைத்துத் தொகுத்ததும் உருஷியாதாம். மெட்டில்டே உரூஷியா 1985 ஆம் ஆண்டு தம்பதிகளின் காதல் தீவான ஜலா நீக்ராவில் மரணமடைந்தார்.

வெவ்வேறு காலகட்டத்தில் பாப்லோ நெரூதா உறவு கொண்டு விலகிய பெண்களின் எண்ணிக்கை ஏராளம். முகமற்ற இந்த அநேகக் காதலிகளின் எண்ணிக்கையை ஒரே பெயரில் ஒளித்துவைத்துக் கவிதைகளில் நினைவு கூரவும் செய்திருக்கிறார். மாபெரும் மனித நேயரான நெரூதா இந்த வஞ்சனைகளால் மனம் கொந்தளித்திருந்தார் என்பதை அவரது கவிதை வரிகளுக்கிடையில் உலர்ந்து கிடக்கும் கண்ணீர்க் கோடுகளையும் உறைந்திருக்கும் இரத்தக் கசிவுகளையும் உணரமுடிந்தால் அறியவும் முடியும்.

எப்போதும் விவாதங்களின் மையமாகவும் விமர்சனங்களில் இலக்காகவும் இருந்தார் நெரூதா. தீவிரமான விருப்பங்களும் அதி தீவிரமான வெறுப்புகளும் கொண்ட பிறவி. காப்ரியேல் கார்சியா மார்க்கேஸ் அவரை ‘சென்ற நூற்றாண்டின் மாபெரும் கவிஞர்’ என்று குறிப்பிட்டார். நோபல் விருது பெற்ற மற்றொரு ஸ்பானியக் கவிஞரான யுவான் ரமோன் ஜிமனேஸைப் (1881-1958) பொறுத்தவரை ‘மகத்தான மட்டரகக் கவிஞர்.’ சமகாலத்தவரான போர்ஹே (1899-1986) அவரை முதல்தரமான கவிஞராக ஒப்புக்கொண்டார். ஆனால், ‘மனிதரென்ற முறையில் அவர் மீது மதிப்பில்லை’ என்றார். தனது படிமத்தை உயர்த்திக் காட்டும் பொதுப் பிரச்சினைகளில் மட்டுமே அக்கறை செலுத்திய தந்திரசாலி என்பது போர்ஹே நெரூதாவின் மேல் கூறிய புகார். ‘கலாச்சார விஷயங்களை மனித இயல்பே இல்லாமல் கையாண்ட அறிவாளி’ என்பது போர்ஹேவைப் பற்றிய நெரூதாவின் குற்றச்சாட்டு.

நெரூதாவின் கண்ணோட்டத்தில் பிரெஞ்சுக் கவிஞர் ஸ்டெபான் மல்லார்மே (1842-98) ‘மூடிவைத்த அறைகளின் கவிஞர்’ டி.எஸ். இலியட் ‘அதீத அறிவுவாதி’ ‘நான் விசாலமானவன் என்னுள் பல நிலைகள் நிறைந்திருக்கின்றன’ என்று அறிவித்த கவிதையை வாழ்வின் உற்சவமாக்கி வால்ட் விட்மன்தான் நெரூதாவின் இலட்சிக் கவிஞர் லோக்காவையும் செஸார் வயெஹோவையும் மதித்தார். நான் வாழ்க்கையிலிருந்து கலையைப் பிரிக்க விரும்பவில்லை. எவ்வாறோ, எங்கோ இரண்டும் ஒரே பொருளைத் தருபவையாகக் காண விரும்புகிறேன்’ என்ற ரெய்னர் மரியா ரீல்க்கே (1875-1926) யையும் வாழ்வின் புதிர்களைக் குறித்து விசாரணை

தொடர்ந்து கொண்டிருந்த காஃப்கா (1883-1924) வையும் அவர் விமர்சனத்துடன் ஏற்றிருந்தார். போர்ஹே, சாமுவெல் பெக்கட், சார்லஸ் போதலேர் ஆகியோரின் படைப்பாற்றலை வியந்திருக்கிறார். ரஷ்யக் கவிஞர்களான ‘வெண்கலத்தின் ரீங்காரமுள்ள’ விளாதிமிர் மயாகாவஸ்கி, ‘மாலை நிழல்களின் மாபெரும் கவிஞரான’ போரிஸ் பாஸ்டர்நாக் போன்றோர் அவரது தோழமைப் பட்டியலில் இருந்தனர்.

நெரூதா தனது விமர்சகர்களோடு உதாசீன மனப்பான்மையும் அருவருப்புமே காட்டியவர். ‘தணிக்கையாளர்கள், உரைக்காரரர்கள், இலக்கியத்தின் நோய்க்கிருமி ஆய்வாளர்கள்’ இவையெல்லாம் விமர்சகர்களுக்கு அவர் வழங்கிய அடைமொழிகள். இலக்கியவாதி செயல்பாட்டாளனாவதில் மிரட்சியடையும் மத்தியதர வர்க்கத்தின் சகிப்பின்மைதான் இந்த விமர்சனங்கள் என்று அவர் கருதினார். ஒருவேளை உண்மையாகவும் இருக்கலாம். நூற்றாண்டையொட்டிய சந்தர்ப்பத்திலும் இத்தகைய விமர்சனங்கள் தொடர்கின்றன. வீக்லி ஸ்டாண்டர்டு இதழ் அண்மையில் வெளியிட்ட ஸ்டீபன் ஸ்வார்ட்ஸ் என்ற பத்தியாளரின் கட்டுரை இதற்கு உதாரணம். கட்டுரையின் தலைப்பு - ‘மோசமான கவிஞன், மோசமான மனிதன்.’

சார்புநிலையுள்ள கவிஞரின் படைப்புகள் அப்பட்டமான பிரச்சாரம் என்ற வாதத்தைத் தொடர்ந்து எழுதுவதன் மூலமே முறியடித்தவர் நெரூதா. அபரிமிதமான வேகத்திலும் எண்ணிக்கையிலும் எழுதிக் குவித்தவர். கவிதையாக்கத்துக்கான கோட்பாடுகளில் அக்கறையின்மை கொண்டிருந்தவர். அறியப்பட்டதும் வெளிச்சத்தின் பரப்பில் விளம்பரப்படுத்தப்பட்டதுமான பொருள்களை விடப் பாதி வெளிச்சத்தில் மறைந்திருப்பவற்றை அகழ்ந்தெடுப்பதை கவிதையின் கடமையாக வரையறுத்துக் கொண்டிருந்தவர். எல்லா வகையான பாதிப்புகளுக்கும் தனது படைப்பு மனத்தைத் திறந்து போட்டிருந்தவர். நெரூதாவின் இருபது காதல் கவிதைகளில் பதினாறாவது கவிதை ரவீந்திரநாத் தாகூரின் ‘தோட்டக்காரனி’ல் இடம்பெறும் முப்பதாவது கவிதையின் தழுவல். தொடக்கத்தில் இந்தக் குற்றச்சாட்டை மறுத்த நெரூதா பின்னர் ஒப்புக்கொண்டார்.

அறுபது எழுபதுகளில் கவிதையுலகில் துருவ நட்சத்திரமாக ஜொலித்த நெரூதா, எண்பது தொண்ணூறுகளில் மங்கலாகவே தென்பட்டார். போர்ஹே நட்சத்திரமானார். காதல் கவிதைகளுக்கு மட்டுமே நெரூதாவை துணைக்கழைத்தார்கள் ஆர்வலர்கள். ஆனால் பின் வந்த ஆண்டுகளில் பாப்லோ நெரூதா பன்மடங்கு பொலிவுடன் ஏற்றுக்கொள்ளப்படும் சூழல் உருவானது. அரசியல் சித்தாந்தங்களின் ஆதரவில்லாமல் உருவாகும் மாற்று அரசியலில், சூழலியலில், போர் எதிர்ப்பில், சமூகநீதிக்கான அறைகூவலில் பாப்லோ நெரூதா இன்றியமையாதவராகியுள்ளார். மனித மனத்தின் பொது நினைவில் ஒளிகுன்றாமல் நிலைத்திருக்கிறார் என்பதன் சான்று இவை. சமகாலத்தவரும் சக கவிஞருமான லோர்க்கா சொன்னதுதான் காரணம். ‘தத்துவத்தைவிட மரணத்துக்கும் அறிவு நுட்பத்தைவிட வேதனைக்கும் மையைவிட இரத்தத்துக்கும் நெருக்கமான கவிஞர் அவர்.’

சுகுமாரன்

என் கவிதையில் கடவுள்

எனது கொடும் விதி,
கடவுள் என் கவிதையில் இருப்பாரென்றால்
நானே கடவுள்

கடவுள் உன் துயரக்கண்களில் இருப்பாரென்றால்
நீயே கடவுள்

நமது இந்த மகத்தான உலகில் எவருமில்லை
நம்மிருவர் முன் மண்டியிட.

காதல்

உன்னால்தான், பூக்கள் மலரும் தோட்டத்தில், வசந்தத்தின் வாசனைகளால் நான் வலியுணர்கிறேன். உனது முகத்தை மறந்து போய்விட்டேன்; இனியும் உன் கைகள் நினைவிலில்லை; உனது உதடுகள் என் உதடுகளுக்கிடையில் எப்படி ருசித்தன?

உன்னால்தான், பூங்காக்களில் தூங்கும் குரலும் பார்வையுமில்லாத வெண்ணிறச் சிலைகளை நான் நேசிக்கிறேன். மலர், அதன் மணத்துடன் பிணைந்திருப்பதுபோல நான், உன்னைப் பற்றிய மங்கிய நினைவுகளுடன் பிணைந்திருக்கிறேன்; ஒரு காயத்தின் வலியுடன் வாழ்கிறேன்; நீ என்னைத் தொட்டால் பழுதுபார்க்க முடியாத சேதத்தை எனக்குச் செய்தவளாவாய்.

உனது வருடல்கள் துக்கத்தின் சுவரில் படரும் திராட்சைக் கொடிகள் போல என்னை மூடுகின்றன.

உனது காதலை மறந்துவிட்டேன் நான்; எனினும் ஒவ்வொரு ஜன்னலிலும் உனது தோற்றத்தைப் பார்க்கிறேன்.

உன்னால்தான் வசந்தத்தின் அடர்ந்த நறுமணம் என்னை நோகடிக்கிறது. உன்னால்தான் உயர்ந்தெழும் நட்சத்திரங்கள், வீழும் எரிகற்கள் என்று ஆசையை விரைவுபடுத்தும் அடையாளங்களைத் தேடுகிறேன்.

இறுகிய ஆன்மா

அந்திப்பொழுதையும் நழுவ விட்டோம் நாம்
பூமிமேல் நீல இரவு கவியும்போது
கையோடு கைசேர்த்த நம்மை
இந்த மாலை நேரத்தில் யாரும் பார்க்கவில்லை.

தொலைதூர மலையுச்சிகளில்
அஸ்தமனத்தின் திருவிழாவை
எனது ஜன்னல் வழியாகப் பார்த்துக்கொண்டிருந்தேன்.

சில சமயங்களில்
சூரியனின் துண்டு என் கைகளில்
ஒரு நாணயம்போல எரிந்தது.

இறுகிப்போன என் ஆன்மாவில்
துக்கத்துடன் உன்னை நினைத்துக்கொண்டிருந்தேன்
உனக்கும் தெரியுமே.

அப்போது நீ எங்கிருந்தாய்?
வேறு யாரிருந்தார் அங்கே?
என்ன சொல்லிக்கொண்டிருந்தாய்?
நான் துக்கமாக இருக்கும்போதும்
நீ வெகுதூரத்தில் இருக்கிறாய் என்று உணரும்போதும்
திடீரென்று முழுக்காதலும் ஏன் என்னிடம் வருகிறது?
எப்போதும் அந்திவேளையில் மூடப்படும் புத்தகம்
நழுவி விழுகிறது
எனது நீலக்கம்பளி உடை
அடிபட்ட நாய்போல என் காலடியில் சுருண்டு விழுகிறது.

சிலைகளை அழிக்கிற அந்திவேளையை நோக்கி
மாலைநேரங்களினூடே
எப்போதும் எப்போதும் நீ பின்வாங்குகிறாய்.

ஒவ்வொரு நாளும் நீ விளையாடுகிறாய்...

ஒவ்வொரு நாளும் நீ பிரபஞ்சத்தின் ஒளியுடன் விளையாடுகிறாய்.
அருமை விருந்தாளியே நீ பூவிலும் நீரிலும் வந்து சேர்கிறாய்.
ஒரு மலர்க்கொத்து போல
நான் கைகளில் இறுகத் தழுவியிருக்கும்
இந்த வெண்முகத்தை விடவும் பரிசுத்தமானவள் நீ.

நீ வேறு எவரைப் போலவுமில்லை.
ஏனெனில் நான் உன்னைக் காதலிக்கிறேன்.
இந்த மஞ்சள் நிறப் பூமாலைகளுக்கிடையில்
புகை எழுத்துக்களால் என் பெயரை எழுதுவது யார்?
இந்தப் பிறவிக்கு முன்பு நீ என்னவாக இருந்தாய்
என்று என்னை நினைவுகூர அனுமதி.

காற்று திடீரென்று ஊளையிடுகிறது.
எனது மூடிய ஜன்னல் மீது அறைகிறது
ஆகாயம் நிழல் மீன்களால் நெய்யப்பட்ட வலை.
இங்கே எல்லாக் காற்றுகளும் மறைந்து போகின்றன விரைவாக
அல்லது தாமதமாக - எல்லாக் காற்றுக்கும்
மழை தனது ஆடைகளைக களைகிறது.

பறவைகள் பறந்துபோய் மறைகின்றன
காற்று. காற்று.
மனிதனின் சக்தியை எதிர்த்து நிற்க எனக்கு மட்டுமே முடியும்
புயல் சருகுகளைச் சுழற்றி வீசுகிறது.
சென்ற இரவு ஆகாயத்தில் நங்கூரமிட்டு
நிறுத்திய படகுகளைக்
கட்டவிழ்த்து விடுகிறது.

நீ இங்கே இருக்கிறாய், எங்கும் போய்விடாதே
எனது கடைசி அழுகைவரை நீ பதிலளிப்பாய்.
பயந்து போனவளாகத் தழுவிக் கொள்வாய் என்னை
எனினும் ஒருமுறை ஓர் அந்நிய நிழல்
உன் கண்களைக் கடந்து போயிருந்தது.

இப்போதும், இப்போதும், சின்னவளே, நீ எனக்குத்
தேன் பூக்களைக் கொண்டுவருகிறாய்.
உனது முலைகளில் அவற்றின் நறுமணம் வீசுகிறது.
துக்கமான காற்று வண்ணத்துப் பூச்சிகளைக் கொன்றுவிட்டுப்
போகும்போதும்
நான் உன்னைக் காதலிக்கிறேன், எனது ஆனந்தம் உன் வாயின்
பிளம் பழங்களை சுவைக்கிறது.
என்னை அறிந்ததால் எவ்வளவு துன்புற்றிருப்பாய் நீ
எனது கொடூரம், தனிமையான ஆன்மா, மனிதர்களை விரட்டும்
எனது பெயர் - எல்லாம் அறிந்ததால்.
காலை நட்சத்திரம் நமது கண்களை முத்தமிட்டு, எரிவதை
எவ்வளவு முறை பார்த்திருக்கிறோம்.
மங்கிய ஒளி நமது தலைக்கு மேல்
விசிறி விரித்து வீசியதை எவ்வளவு முறை பார்த்திருக்கிறோம்.

எனது சொற்கள் மழையாக உன்மீது பொழிந்து தழுவின.
வெயில் புடம்போட்ட உனது உடற்சிப்பியை
நெடுங்காலம் நான் நேசித்திருந்தேன்.
பிரபஞ்சம் முழுவதும் உனது உரிமை என்று
இப்போது நான் நம்புகிறேன்.
மலைகளிலிருந்து உனக்கு
சந்தோஷப் பூக்களைக் கொண்டுவருவேன்
நீலமணிப் பூக்களை; அடர்ந்த ஹேஸல் பூக்களை;
நாட்டுப்புறக்
கூடைகள் நிறைய முத்தங்களைக் கொண்டுவருவேன்.
வசந்தம் செர்ரி மரங்களுடன் நிகழ்த்துவதை
உன்னுடன் நிகழ்த்த வேண்டும் நான்.

நீ மௌனமாக இருப்பதை...

நீயே இல்லாமலிருப்பதுபோல
நீ மௌனமாக இருப்பதை விரும்புகிறேன்.
தொலைவிலிருந்து என்னைக் கேட்கிறாய், ஆனால்
என் குரல் உன்னைத் தொடுவதில்லை.
உனது கண்கள் பறந்துபோய்விட்டதாகத் தோன்றுகிறது
உனது வாய் முத்தத்தால் மூடப்பட்டதாகத் தோன்றுகிறது.

எல்லாப் பொருட்களிலும் என் ஆன்மா நிறைந்திருப்பதால்
நீ பொருட்களிலிருந்து வருகிறாய்,
என் ஆன்மாவால் நிறைந்திருக்கிறாய்.
நீ என் ஆன்மாபோலத் தோன்றுகிறாய்
பட்டுப்பூச்சியின் கனவுபோலத் தோன்றுகிறாய்
துக்கமான வார்த்தைபோலத் தோன்றுகிறாய்.

நீ வெகுதூரத்திலிருப்பதுபோல
நீ மௌனமாக இருப்பதை விரும்புகிறேன்.
நீ ஒரு விசும்பல்,
பட்டுப்பூச்சியின் முணுமுணுப்பு
தொலைதூரததிலருநது எனனைக கேடகிறாய, ஆனால
என் குரல் உன்னைத் தொடுவதில்லை.
உனது நிசப்தத்தால் மௌனமாக்கப்பட்டு
நானும் மௌனமாக இருக்கவிடு.

என்னைப் பேசவிடு, உனது மௌனத்துடன் பேசவிடு.
அது வெளிச்சம்போலத் தெளிவானது;
வளையம்போல் எளிமையானது
மௌனமான, நட்சத்திரத் திரளுள்ள, இரவைப் போன்றவள் நீ
உனது மௌனம்
தூரமான, உண்மையான, நட்சத்திரம் போன்றது.

தொலைவிலும் துக்கத்திலுமாக
நீயே இல்லாமலிருப்பதுபோல
நீயே இறந்ததுபோல

நீ மௌனமாக இருப்பதை விரும்புகிறேன்.
ஒரு நொடியில் ஒரு வார்த்தை, ஒரு புன்னகை போதும்
மகிழ்ச்சியடைவேன் நான்...
உண்மையான மகிழ்ச்சியல்ல எனினும்

அந்தி நேரத்தில் என் ஆகாயத்தில்

அந்தி நேரத்தில் என் ஆகாயத்தில் நீ ஒரு மேகம்போல
உனது வடிவமும் நிறமும் நான் நேசிப்பதுபோல
இனிய உதடுகளுள்ள பெண்ணே! நீ என்னவள் என்னவள்
உனது வாழ்வில் எனது முடிவற்ற கனவுகள் வாழ்கின்றன.

எனது உயிரின் சுடர் உனது பாதங்களுக்குச் சாயமிடுகிறது
எனது துவர்ப்பு மதுவும் உனது உதடுகளில் இனிப்பாகிறது
எனது மாலைப் பாடல்களைக் கொய்பவளே!
நீ என்னவள் என்று தனிமைக் கதைகளில் நம்புகிறேன்.

நீ என்னவள்... என்னவள்...
பிற்பகல் காற்றில் கத்திக்கொண்டிருக்கிறேன்
எனது கைம்மைக்குரல் மீது ஊளையிடுகிறது காற்று.
எனது விழிகளின் ஆழங்களில் வேட்டையாடுபவளே!
விழிகளை இரவின் நீர் என்று நம்புகிறது உன் கொள்ளையடிப்பு.

என் அன்பே! எனது சங்கீதத்தின்
வலையில் பிடிபட்டாய் நீ
எனது சங்கீத வலைகளோ வானம்போலப் பரந்தவை.
துக்ககரமான உனது கண்களின் கரையில் பிறந்தது என் உயிர்
துக்ககரமான உனது கண்களில் தொடங்குகிறது
கனவுகளின் நிலம்.

இன்றிரவு என்னால் எழுத முடியும்

இன்றிரவு என்னால் எழுத முடியும் துக்கம் மிகுந்த வரிகளை.

உதாரணமாக, "இரவு சிதற நீல நட்சத்திரங்கள் தொலைவில் நடுங்குகின்றன..."

இவ்வாறு, இரவுக்காற்று வானத்தில் சுற்றிச் சுழன்று பாடுகிறது.

இன்றிரவு என்னால் எழுத முடியும் துக்கம் மிகுந்த வரிகளை.
நான் அவளைக் காதலித்தேன், சில சமயம் அவள் என்னையும் காதலித்தாள்.

இந்த இரவுபோல, பல இரவுகளில் என் கைகளால் அவளைத் தழுவினேன் முடிவற்ற ஆகாயத்தின்கீழ் மீண்டும் மீண்டும் அவளை முத்தமிட்டேன்

அவள் என்னைக் காதலித்தாள், சில சமயம் நான் அவளையும் காதலித்தேன்.
அவளுடைய அகண்ட நிலைத்த கண்களைக் காதலிக்காமல் எப்படி?

இன்றிரவு என்னால் எழுத முடியும் துக்கம் மிகுந்த வரிகளை.
அவள் என்னுடையவளல்ல என்று நினைக்க, அவளை இழந்தேன் என்று உணர,

விரிந்த இரவு அவளின்றி இன்னும் விரிவதைக் கேட்க,
புல்வெளியில் பனித்துளி விழுவதுபோல
இதோ ஆன்மாவில் கவிதைகள் விழுகின்றன.

என் காதல் அவளை என்னோடு இருக்கச் செய்யவில்லை
எனில் பாதகமில்லை இரவு சிதறிப் போயிற்று. அவளும் என்னுடன் இல்லை.

இவ்வளவுதான் தொலைவில் யாரோ பாடிக் கொண்டிருக்கிறார்கள்.
தொலைவில்... என் ஆன்மா அவளை இழந்ததால் நிறைவற்றது.

என் பார்வை தேடுகிறது அவளை, அவளை அடையலாம்
என்பதுபோல. என் மனம் தேடுகிறது அவளை. அவளோ என்னுடன்
இல்லை.

அதே இரவு, அதே மரங்களை வெண்மையாக்குகிறது.
அன்றிருந்த நாம் அன்றிருந்தவர்களல்லர்

இனி அவளைக் காதலிப்பதில்லை. நிச்சயம், எனினும், அவளை
எவ்வளவு நேசித்தேன்.
அவள் செவிப்புலனைத் தொடக் காற்றைத் தேடியலைந்தது என் குரல்,

இன்னொருவனின், இன்னொருவனின் உரிமையாவாள் அவள்.
எனது முந்திய முத்தங்கள் போல. அவளுடைய குரல்,
பிரகாசமான உடல், முடிவற்ற கண்கள்.

இனி அவளைக் காதலிப்பதில்லை, நிச்சயம்
எனினும், காதலிக்க நேரலாம்.
காதல், குறுகியது, மறதியோ மிக நீண்டது.

ஏனெனில், இந்த இரவைப் போல, பல இரவுகளில்
என் கைகளில் அவளைத் தழுவியிருந்தேன்
என் ஆன்மா அவளை இழந்ததால் நிறைவற்றது.

இதுவே அவளால் நான் சகிக்கும் கடைசி வேதனை,
எனினும் இவையே அவளுக்காக நான் எழுதும் கடைசி வரிகள்.

நிராசையின் பாடல்

என்னைச் சுற்றியுள்ள இரவிலிருந்து எழுகிறது உன் நினைவு
தனது முரட்டுப் புலம்பலைக் கடலில் கலக்கிறது நதி.

விடியற்காலங்களில் கைவிடப்படும் கப்பற்தளங்கள்போல,
இது புறப்படும்வேளை, கைவிடப்பட்டவளே.

குளிர்ந்த மலரின் சிரசுகள் என் இதயத்தின்மீது
பொழிந்துகொண்டிருக்கின்றன சிதிலங்களின் குழியே, சேதமான
கப்பல்களின் கொடூரக்குகையே.

யுத்தங்களும் நடமாட்டங்களும் உன்னில் அதிகரிக்கின்றன
உன்னிடமிருந்தே பாட்டுப்பறவைகளின் சிறகுகள் உதிர்கின்றன.

தூரத்தைப்போல நீ எல்லாவற்றையும் விழுங்கினாய்
காலத்தைப்போல, கடலைப்போல எல்லாம் உனக்குள் மூழ்கின.

அவமதிப்பின் வேளை அது; முத்தத்தின் வேளையும்.
வேலைக்கெடு கலங்கரைவிளக்கம்போலப் பற்றியெரிகிறது.

மாலுமியின் பதற்றம், குருட்டு நீச்சல்காரனின் ரௌத்திரம்,
காதலின் ஆக்ரோஷ போதை எல்லாம் உனக்குள் மூழ்கின.

மழலைப்பனியில் என் ஆன்மா சிறகுற்றது; காயமடைந்தது;
தொலைந்துபோன கண்டுபிடிப்பாளியே, எல்லாம் உனக்குள் மூழ்கின.

நீ சோகத்தை அணிந்துகொண்டிருந்தாய்; ஆசையைத்
தழுவிக்கொண்டிருந்தாய்; துக்கம் உன்னை ஸ்தம்பிக்கச்செய்தது;
எல்லாம் உனக்குள் மூழ்கின.

ஆசைக்கும் செயலுக்கும் அப்பால் நிழலின் சுவரை பின்னொதுங்கச்
செய்தேன்; முன்நடந்து போனேன்.

சதையே, என் சொந்தச் சதையே, நான் காதலித்தும் இழந்தும் போன
பெண்ணே, இந்த ஈரவேளையில் உன்னை அழைக்கிறேன்;
உனக்காக என் பாடலை உயர்த்துகிறேன்.

ஒரு குவளைபோல முடிவற்ற மென்மையை நிரப்பிவைத்தாய்;
முடிவற்ற மறதி அதை ஒரு குவளைபோல நொறுக்கியது.

அங்கே, தீவுகளின் இருண்ட தனிமை;
அங்கே, காதலியே, உனது கைகள் என்னைத் தழுவின.

அங்கே, பசியும் தாகமும். ஆனால் நீ பழமாக இருந்தாய்
அங்கே, துயரமும் சிதைவுகளும். ஆனால் நீ அற்புதமாய் இருந்தாய்.

உன்மீதான என் ஆசை எவ்வளவு பயங்கரம் எவ்வளவு சுருக்கம்;
எவ்வளவு கடினம், எவ்வளவு போதை; எவ்வளவு பதற்றம்,
எவ்வளவு பேராசை;

முத்தங்களின் மயானமே, உனது கல்லறைகளில் இன்னும்
நெருப்பிருக்கிறது பறவைகளால் கொத்தப்பட்டம் பழமரக்
கிளைகளிருக்கின்றன.

மெல்லப்பட்ட வாயே, முத்தமிடப்பட்ட தோள்களே, பசித்த பற்களே,
பின்னிப்பிணைந்த உடல்களே,

நம்பிக்கையும் நிர்ப்பந்தமும் பேதலித்த பிணைப்பே,
அதனால்தான் இணைந்தோம்; ஆனால் நிராசையுற்றோம்.

மென்மை நீர்போல துகள்போல லேசானது.
வார்த்தை அபூர்வமாக உதடுகளில் தொடங்கியது.

இது என் விதி, என் வேட்கையின் பயணம்; அதில் ஆசை வீழ்ந்தது;
எல்லாம் உனக்குள் மூழ்கின.

சிதிலங்களின் குழியே, நீ வெளியிடாத துக்கம் எதுவோ, எந்த
துக்கத்தால் நீ மூழ்கவில்லையோ, ஒவ்வொன்றும் உனக்குள் மூழ்கின.

ஒரு கடலோடிபோலக் கப்பலின் முன் உச்சியில் நின்றுகொண்டிருந்தாய்.
பேரலைமுதல் பேரலைவரை மீண்டும் அழைத்தாய்; பாடினாய்.

பாடல்களில் மீண்டும் பூத்தாய்; நீரோட்டங்களில் மீண்டும் தெறித்தாய்;
சிதிலங்களின் குழியே, திறந்த கசப்புக்கிணறே.

வெளிறிய குருட்டு நீச்சல்காரியே, அதிர்ஷ்டமில்லாத கவண்வீசுபவளே தொலைந்துபோன கண்டுபிடிப்பாளியே, ஒவ்வொன்றும் உனக்குள் மூழ்கின.

கடுங்குளிரான புறப்பாட்டுவேளையில்
இரவுக் கால அட்டவணைகள் இறுகுகின்றன.
கடலின் சரசரக்கும் வளையம் கரையைச் சுற்றிவளைக்கிறது
குளிர்நட்சத்திரங்கள் மேலுயர்கின்றன; கறுப்புப்பறவைகள்
இடம்பெயர்கின்றன;

விடியற்காலங்களில் கைவிடப்பட்ட கப்பற்தளங்கள்;
நடுநடுங்கும் நிழல்மட்டும் என்கைகளில் சுழல்கிறது.

எல்லாவற்றுக்கும் அப்பாற்பட்டவளே! எல்லாவற்றுக்கும் அப்பாற்பட்டவளே!

இது புறப்படும்வேளை, கைவிடப்பட்டவளே!

மனைவியை இழந்தவனின் டாங்கோ*

தீயவளே,
இதற்குள் அந்தக் கடிதத்தைப் பார்த்திருப்பாய்
ஆக்ரோஷத்துடன் அழுதிருப்பாய்
புழுத்துப்போன வேசியென்றோ
நாய்களைப் பெற்றவளென்றோ
என் தாயின் நினைவைப் பழித்திருப்பாய்
தனியாகக் குடித்திருப்பாய்
இனியென்றும் காலியாகவே கிடக்கும்
என் பழைய காலணிகளைப் பார்த்துக்கொண்டே
உனது அந்திவேளைத் தேநீரை நீ மட்டுமாக அருந்தியிருப்பாய்
எனது நோய்கள், எனது இரவுக்கனவுகள்,
எனது உணவு எதையும்
உன்னால் இனிமேலும் நினைவுகொள்ள முடியாது.
இன்னும் நான் அங்கிருப்பதாக எண்ணி
உரக்கச் சபிக்காமல்
வெப்ப மண்டலத்தையும்
கூலியாட்களின் கொட்டடிகளையும்
என்னை மோசமாகத் தாக்கிய விஷக்காய்ச்சல்களையும்
நான் இப்போதும் வெறுக்கும்
கொடூர ஆங்கிலேயர்களையும்
குற்றம் சாட்டிக்கொண்டிருப்பாய்.

தீயவளே,
பிரம்மாண்டமானது இந்த இரவு
தனிமையானது இந்த உலகம்.
மீண்டும் நான்,
ஒற்றையான அறைகளுக்கும்
உணவகங்களின் ஆறிய பதார்த்தங்களுக்கும்
திரும்பிப்போனேன்.
என்னுடைய காற்சட்டைகளையும் மேற்சட்டைகளையும்
தரைமீதே கழற்றிப்போடுகிறேன்.
என்னுடைய அறையில் உடைதாங்கிகள் இல்லை

---

* டாங்கோ – ஒரு வகை நடன இசை.

சுவர்களில் யாருடைய படமும் இல்லை.
உன்னைத் திரும்பப்பெற
என் ஆன்மாவிலுள்ள நிழலில் எத்தனையளவு தரவேண்டும்?
மாதங்களின் பெயர்கள்
அச்சுறுத்தலாகக் கேட்கின்றன எனக்கு.
குளிர்காலம் என்ற சொல்லே
சோகமுரசின் ஒலிபோல இருக்கிறது.

நீ என்னைக் கொன்றுவிடுவாயென்று பயந்து
நான் ஒளித்துவைத்த கத்தி
தென்னைமரத்தின் அருகில் புதைக்கப்பட்டிருப்பதை
பின்னொரு நாள் நீ கண்டுபிடிக்கலாம்
எனினும் இப்போது திடீரென்று
உன் கைகளில் கனக்கும் அந்தச் சமையலறை இரும்பை
முகர்ந்தால் மகிழ்வேன்.
மண்ணின் ஈரத்தினடியில்
செவிட்டு வேர்களுக்கிடையில்
உன் பாதங்களின் மினுமினுப்பை
முகர்ந்தால் மகிழ்வேன்.
மனிதமொழிகள் அனைத்திலும் வறிய மொழியே
உன் பெயரைத் தெரிந்துவைத்திருக்கும்.
எதையும் ஊடுருவ அனுமதிக்காத
புனிதப்பொருட்களால் உருவான உன் பெயரை
அடர்ந்த பூமியும் புரிந்துகொள்ளாது.
தேங்கிய சூரியநீரைப்போல இளைப்பாறும்
உன் பாதங்களின் தெளிந்த பகலையும்
உன் கண்களுக்குள்
உறங்கியும் பறந்துமிருக்கும் வெறுமையையும்
உன் இதயத்தில் நீ குடியேற்றியிருக்கும்
வெறிநாயையும் பற்றியோ
நமக்கிடையில் கிடப்பதும் கிடக்கவிருப்பதுமான
இறந்த மனிதர்கள் பற்றியோ
யோசிப்பதே வருத்தப்படுத்துகிறது என்னை.
சாம்பலையும் முழுஅழிவையும் காற்றில் சுவாசிக்கிறேன்.
உனது உடனடி சுவாசத்துக்காக
கடலின் பெருங்காற்றையும்
எப்போதும் என்னைச் சூழ்ந்திருக்கும்

விரிந்த தனிமைவெளியையும் தருகிறேன்.
மறதியில் கலந்துவிடாது
நீண்ட இரவுகளில் கேட்கும் உனது கனத்த சுவாசத்துக்கு
இந்தக் காற்றைத் தருகிறேன்.
இந்தக் காற்று
குதிரையின் மேனியில் படியும் சவுக்கு போல
வெளியின் பகுதி.

வீட்டின் கீழ்ப்பகுதியில், இருளில்,
நிதானமும் பதற்றமும் வெண்ணிறமும்
பிடிவாதமுமுள்ள தேனை
ஊற்றுவதுபோல
நீ நீரிறைப்பதைக் கேட்பதற்காக,
என்வசமிருக்கும் நிழல்களின் கூட்டப்பாடல்களுக்கும்
என் ஆன்மாவில் கேட்கும்
உபயோகமற்ற வாள்களின் உரசலுக்கும்
எனது நெற்றியில் துடிக்கும்
இரத்தத்தின் புறாவுக்கும்
மாயமாக மறைந்த பொருட்களுக்கான அழைப்புக்கும்
மாயமாக மறைந்த உயிர்களுக்குமான அழைப்புக்கும்
புரிந்துகொள்ள முடியாத வகையில்
பிரிக்கவியலாத
இழந்துபோன அர்த்தங்களுககும
எத்தனைமுறை நான் அடிபணியமுடியும்?

☐ நெரூதா மனைவியை இழந்தவரல்லர்; துறந்தவர். அவரை மூர்க்கமாகக் காதலித்த பர்மியப் பெண் ஜோஸி பிளிஸைக் கைவிட்டார். அந்த அனுபவத்தில் எழுதிய கவிதை. ஜோஸி பிளிஸ் பற்றிய இன்னொரு கவிதை பக். 180 இல்.

மரணம் மட்டும்

ஏகாந்தமான இடுகாடுகள் இருக்கின்றன.
ஓசையற்ற எலும்புகள் நிறைந்த கல்லறைகள் இருக்கின்றன.
இருள், இருளே நிறைந்த
சுரங்கத்தின் உட்புகுந்து போகும் இதயம் இருக்கிறது.
ஒரு கப்பலின் தகர்ச்சிபோல நாம் மையம் வரை இறந்தாயிற்று
நமது இதயத்திலேயே மூழ்கிச் சாவதுபோல.
தோலிலிருந்து ஆன்மாவுக்குள் நொறுங்கிவிடுவதுபோல.

பிணங்கள் இருக்கின்றன
பாதங்களுக்குப் பதிவாய் மண்பலகைகள் கொண்டவை.
எலும்புகளில் மரணம் இருக்கிறது.
ஒரு தூய ஓசைபோல
நாய் இல்லாத ஒரு குரைப்பு போல
சில மணிகளிலிருந்தும்
சில கல்லறைகளிலிருந்தும்
இந்த ஈரக் காற்றில் வீக்கமடைந்து
அது வந்து சேர்கிறது
கண்ணீர் போல, மழை போல.

நான் காண்கிறேன்; தனித்திருக்கும் வேளைகளில்
சில சமயம், தனித்திருக்கும்போது நான் காண்கிறேன்.
மிதந்து சவப்பெட்டிகள் போல
வெளிறிய பிணங்கள்,
இறந்த கூந்தலைப் பின்னியிட்ட பெண்களுடன்
தேவதைகள் போன்ற வெள்ளை நிற ரொட்டிக்காரர்களுடன்
அதிகாரிகளை மணந்த சிந்தனை வயப்பட்ட பெண்களுடன்
அவை பயணப்படுகின்றன.
அவற்றின் கப்பல் பாய்கள் மரணத்தின்
சப்தத்தால் நிறைந்திருக்கின்றன.
மரணத்தின் மௌன ஓசையால் நிறைந்திருக்கின்றன.

இறந்தவர்களின் நதி செங்குத்தாக நிமிர்கிறது.
கருஞ்சிவப்பு நதியின்
ஊற்றை நோக்கிச் சவப்பெட்டிகள் செல்லுகின்றன.
மரணம் ஓசைக்குள் ஒடுங்குகிறது.
பாதங்களற்ற ஒரு செருப்பு போல,
உடுப்பவனில்லாத உடை போல,
கல்லில்லாது, விரலுமில்லாது மோதிரம் போல
கதவைத் தட்டுகிறது மரணம்;
வாயில்லாது, நாக்கில்லாது, குரல்வளையுமில்லாது
அலறுகிறது மரணம்.
என்றும் அதன் காலடிகள் ஒலிக்கின்றன.
என்றும் அதன் உடைகள்
மரங்களைப் போல எதிரொலிக்கின்றன.
எனக்குத் தெரியாது. நான் ஒன்றுமறியாதவன்.
நான் சரியாகப் பார்க்கவில்லை
ஆனால் எனக்குத் தோன்றுகிறது
அதன் பாடல்களுக்கு நனைந்த ஊதா மலர்களின் நிறம்.
பூமிக்கு இணக்கமான ஊதா மலர்களின் நிறம்.
இருப்பினும் மரணத்தின் முகம் பச்சை,
இருப்பினும் மரணத்தின் பார்வையும் பச்சை.
ஊதா மலர்களின் இலையில் ஈரம் பதிந்திருக்கிறது.
குளிர்காலத்தின் கம்பீர நிறம்.
மரணம் ஒரு துடைப்பத்தின் மீது
சவாரி செய்து பூமியெங்கும் போகிறது.
பிணங்களைத் தேடி நிலத்தை நக்குகிற துடைப்பம்.
மரணம் துடைப்பத்திலிருக்கிறது.

அது இறந்தவர்களைத் தேடுகிறது
மரணத்தின் ஊசி நூலைத் தேடுகிறது.
மரணம் நமது கட்டில்களில் கிடக்கிறது.
சோம்பற் படுக்கைகளில் கறுப்புப் போர்வைகளில்
நீட்டி நிமிர்ந்து வாழ்கிறது, பிறகு, திடீரென்று முழங்குகிறது.
அநாமதேயமான எக்காளம் ஒலித்து விரிப்புகளை நிறைக்கிறது.
பிறகு படுக்கைகள்
ஒரு துறைமுகம் நோக்கி மிதந்து போகின்றன.
அங்கே மரணம் காத்துக்கொண்டிருக்கிறது
ஒரு படைத்தலைவனின் உடைகளை அணிந்து.

சுற்றி அலைதல்

மனிதனாக இருப்பதில் களைத்துப்போகிறேன் நான்.
நான் தையற்கடைகளுக்கும்,
திரையரங்குகளுக்கும் போக நேர்கிறது...
உலர்ந்து போனவன் போல,
புரிந்துகொள்ள முடியாதவன் போல,
பிறப்பு மற்றும் சாம்பலின் நீரில் நீந்தும் கம்பளி அன்னம் போல.

முடி திருத்தகங்களின் வாசனை தேம்பியழச் செய்கிறது என்னை.
எனக்குள் கற்கள் அல்லது கம்பளியின் ஓய்வு தவிர எதுவும்
வேண்டாம்.
இனிமேலும் எந்த நிறுவனங்களையும்,
எந்த மலர்த் தோட்டங்களையும்
பார்க்க விருப்பமில்லை எனக்கு.

சந்தைப் பொருட்களையோ, கண்ணாடிகளையோ
நகரும் படிகளையோ பார்க்க விருப்பமில்லை எனக்கு.
என் கால்கள், என் நகங்கள், என் தலைமயிர், என் நிழல் -
எல்லாவற்றாலும் அலுத்துப் போயிருக்கிறேன் நான்.
மனிதனாக இருப்பதில் களைத்துப்போகிறேன் நான்.
ஒரு லில்லிப் பூ இதழைக் காட்டி
ஓர் அதிகாரியைப் பயமுறுத்துவது
அல்லது காதருகே ஓங்கி அறைந்து
ஒரு கன்னியாஸ்திரியைத் தரையில்
விழச் செய்வது சுவாரஸ்யமாக இருக்கலாம்.

ஒரு பச்சைக் கத்தியுடன், குளிரில் விறைத்து நான் சாகும்வரை
தெருவில் கத்திக்கொண்டு திரிவது அழகாக இருக்கலாம்.

தயங்கிக் கொண்டும் இழுபட்டும்,
கனவுகளால் நடுங்கிக்கொண்டும்,
கீழ் நோக்கி நீண்டு பூமியின்
ஈரப் பிரதேசங்களில் ஊறிக்கொண்டும்
யோசித்துக்கொண்டும்,
ஒவ்வொரு நாளையும் தின்றுகொண்டும்

இருளில் ஒரு வேரைப் போலிருக்க
இனியும் விருப்பமில்லை எனக்கு.

அநேக துரதிருஷ்டங்களின் வாரிசாக
இருக்க விருப்பமில்லை எனக்கு,
ஒரு வேராக, ஒரு கல்லறையாகத் தொடர
விருப்பமில்லை எனக்கு.
தனிமைச் சுரங்கமாக, சவக்கிடங்காக இருக்க,
குளிரில் உறைந்து போக, வலியால் சாக விருப்பமில்லை எனக்கு.
எனவேதான், நான் எனது
சிறைமுகத்துடன் வந்ததைப் பார்த்ததும்
திங்கட்கிழமை, எண்ணெய் போலப் பற்றி எரிகிறது.
காயம்பட்ட சக்கரம்போல ஊளையிட்டு அகல்கிறது.
சாயங்காலங்களில் அதன் காலடிகளில் வெப்ப இரத்தம்
படிந்திருக்கிறது.

அது என்னைப் பிடித்துத் தள்ளுகிறது...
சில மூளைகளுக்கு, சில சொதசொதப்பான வீடுகளுக்கு,
ஜன்னல் வழியே எலும்புகள்
வெளியேறும் மருத்துவமனைகளுக்கு,
காடி வாசனை வீசும் சில செருப்புக் கடைகளுக்கு,
வெடிப்புகள் போன்ற பயங்கரமான தெருக்களுக்கு,

அங்கே இருக்கின்றன; கந்தக நிறப் பறவைகள்,
நான் வெறுக்கும் வீடுகளின் கதவுகளிலிருந்து தொங்கும் குடல்கள்,
காப்பிக் கோப்பையில் மறந்து வைத்த பற்கள்.
அங்கே இருக்கின்றன:
அவமானத்தாலும் பயத்தாலும் குமுறியழும்
கண்ணாடிகள்.

எல்லா இடங்களிலும் குடைகள், விஷங்கள், நாபிகள்.
நான் கால்களை எட்டி நடக்கிறேன்,
அமைதியுடன், கண்களுடன்,
காலணிகளுடன்,
குரோதத்துடன், மறதியுடன்.

நான் அலுவலகங்களைக் கடந்து போகிறேன்.
ஊனமுற்றோருக்கான கருவிகள் விற்கும்

கடைகளைக் கடக்கிறேன்.
நான் கடக்கும் முற்றங்களில்
கொடிக் கம்பியில் தொங்குகின்றன -
மெல்ல அசுத்தமாகக் கண்ணீர் விட்டு அழும்,
துணிகள், உள்ளாடைகள், துவாலைகள், சட்டைகள்.

புலம்பலுடன் ஒரு பாடல்

பெண்ணே! ரோஜாக்களின் இடையில் இருப்பவளே,
புறாக்களின் துடிப்பே,
மீன்களின் ரோஜாப் புதர்களின் சிறையே,
உனது ஆன்மா தாகம் கிளர்த்தும் உப்பு நிறைந்த சீசா,
உனது சருமம் திராட்சைகளால் செய்த மணி.

என்ன துரதிருஷ்டம்! உனக்குத் தர என்னிடமிருப்பது,
எனது விரல் நகங்கள் அல்லது இமைகள்
அல்லது காதலால் உருகிய
பியானோக்கள்.
அல்லது இதயத்திலிருந்து பெருக்கெடுக்கும் கனவுகள்
இவை தவிர எதுவுமில்லை.
கறுத்த சவாரிக்காரர்கள் போலும் குளம்பொலித்துப் போகும்
புழுதி மூடிய கனவுகள்.
வேகங்களும், துரதிருஷ்டங்களும் நிறைந்த கனவுகள்.

என்னால் உன்னைக் காதலிக்க முடிவது
முத்தங்களாலும் அபினி மலர்களாலும் மட்டுமே.
மழையில் நனைநத பூமாலைகளால் மட்டுமே.
தணல் சிவப்பான குதிரைகளும் மஞ்சள் நிற நாய்களும் நிறைந்த
எனது கண்களால் மட்டுமே.

என்னால் உன்னைக் காதலிக்க முடிவது;
தாறுமாறாக வீசும் கந்தகக் காற்றுகள் நடுவில்
தோளில் வந்து சேரும் இந்த அலைகளால் மட்டுமே.

காரை பூசிய துக்கிக்கும் ஈரப் புற்கள் மூடிய கல்லறைகள் மீது
நதிகளின் மிதக்கும் இரு நாடுகளுக்கிடையில் பாயும்
சிந்தனையில் மூழ்கிய நீர்ப்பிரவாகங்களால் மட்டுமே.
மூழ்கிப்போன இதயங்களுக்கும்
இனியும் புதைக்கப்படாத குழந்தைகளின் வெளிறிய
சில விலாக்களுக்கும் இடையில்
பாய்கிற பிரவாகங்களால் மட்டுமே.

எனது அநாதரவான உணர்வுகளிலும்,
தனிமையான முத்தங்களிலும்
ஏராளமான மரணங்கள், ஈமச்சடங்குகள்
எனது தலைக்குள் பொழிகிறது வெள்ளம்.
வளரும் மயிர்களுக்கிடையில்
காலம் போலப் பொழியும் பிரவாகம்.
இரவின் குரலுடன்,
மழையில் அகப்பட்ட பறவையின் அழுகையுடன்
முடிவற்ற நிழலுடன், எனது எலும்புகளைப் பாதுகாக்கும்
நனைந்த சிறகின் நிழலுடன்,
கறுத்த கட்டுப்பாடற்ற வெள்ளம்.

ஆடைகள் அணியும்போதும்
நிலைக்கண்ணாடிகளிலும், ஜன்னல் கண்ணாடிகளிலும்
முடிவில்லாமல் உற்றுப் பார்க்கும்
என்னை யாரோ பின்தொடர்வதை உணர்கிறேன்
யாரோ என்னை அழைக்கிறார்கள்
காலத்தால் நசிந்த ஒரு துயரக் குரலில் தேம்புகிறார்கள்.

நீ பூமியின் மீது சிரிப்புடனும், மின்னலுடனும் நிற்கிறாய்.
நீ முத்தங்களைப் பரப்புகிறாய், எறும்புகளைக் கொல்கிறாய்.
நீ ஆரோக்கியத்தின் கண்ணீரைச் சிந்துகிறாய், வெங்காயத்தின்
கண்ணீரை, தேனீயின் கண்ணீரை
எரியும் எழுத்துக்களின் கண்ணீரைச் சிந்துகிறாய்.
நீலமும் பச்சையுமான ஒரு வாள் நீ.
தொட்டால் அலை ததும்பும் ஒரு நதி நீ.

வெள்ளை உடையணிந்து என் ஆன்மாவிடம் வா.
இரத்தம் கசியும் ஒரு ரோஜாக் கிளையுடன்
சாம்பல் கிண்ணத்துடன்,
ஓர் ஆப்பிளுடன், ஒரு குதிரையுடன் வா.

அங்கே நொறுங்கிய சரவிளக்கு உள்ள
ஓர் இருண்ட அறையிருக்கிறது.
குளிர்காலத்தைக் காத்திருக்கும் சில உடைந்த நாற்காலிகளும்
அட்டை கட்டப்பட்ட ஓர் இறந்த புறாவும் இருக்கின்றன அங்கே.

நடன இசை (வால்ட்ஸ்)

தொலை தூரத்தில் உறங்கியபடி
ஆடையிலிருந்து ஆடைநோக்கி
முடிவற்றுவரும் நான்,
மூடப்பட்ட முலையைத் தொடுவதுபோல
வெறுப்பைத் தொடுகிறேன்.

நான் இல்லை, நான் பயனற்றவன்,
எனக்கு எவரையும் தெரியாது.
என்னிடம் சமுத்திரத்தின் ஆயுதங்களோ,
கானகத்தின் ஆயுதங்களோ இல்லை.
நான் இந்த வீட்டில் வசிக்கவுமில்லை.

எனது வாய் இரவாலும் நீராலும் நிறைந்திருக்கிறது,
என்னிடம் இல்லாதவற்றை
நிரந்தரமான நிலவு வரையறுக்கிறது.

அலைகள் நடுவே என்னிடம் இருப்பவை:
ஒரு நீர்க் கிரணம், எனக்காக ஒரு நாள்,
ஒரு மரண ஆழம்.
எதிர் அலைகள் இல்லை, கவசமில்லை, ஒப்பனை இல்லை
ஆழ்ந்த பிரத்யேகத் தீர்வு எதுவும் இல்லை
கொடூர இமைகள் இல்லை.

நான் திடீரென்று வாழ்ந்தேன்;
பிற சமயங்களில் பின் தொடர்கிறேன்.
நான் திடீரென்று ஒரு முகத்தைத் தொடுகிறேன்,
அது என்னைக் கொல்கிறது,
எனக்கு அவகாசமில்லை.

எனக்காகக் காத்திருக்க வேண்டாம். பின்பு
வழக்கமான முரட்டுச் சரடையோ அல்லது
இரத்தம் கசிகிற மலையையோ இழுக்கவும் வேண்டாம்.

*என்னை அழைக்காதீர்கள், அது எனது தொழில்
என் பெயரை, என் நிலையைக் கேட்காதீர்கள்
எனது நிலவின் மத்தியில்
எனது காயம்பட்ட நிலத்தில் விட்டுவிடுங்கள் என்னை.*

நான் சில விஷயங்களை விளக்குகிறேன்

நீங்கள் கேட்கப் போகிறீர்கள்
எங்கே போயின லைலாக் மலர்கள்?
எங்கே பாப்பி மலரின் இதழ்கள் கொண்ட ஆன்மிகம்?
எங்கே மீண்டும் மீண்டும் சொற்களைச் சிதறடித்து
அவற்றில் துளையிட்ட மழை?
எங்கே பறவைகள்?

நான் எல்லாவற்றையும் சொல்கிறேன்;
ஒரு புறநகரில்,
மாட்ரிட்டின் புறநகரில் வசித்திருந்தேன் நான்,
மணிகளுடன் கடிகாரங்களுடன் மரங்களுடன்.

அங்கிருந்து பார்த்தால்
காஸ்டிலின் வறண்ட முகத்தைக் காணலாம் நீங்கள்
அது தோலால் ஆன கடல்.
என் வீடு மலர்களின் வீடு என்று அழைக்கப்பட்டது ஏனெனில்
அதன் ஒவ்வொரு விரிசலிலும்
ஜெரேனியப் பூக்கள் மலர்ந்திருந்தன.

நாயகளும் குழந்தைகளும் நிறைந்திருந்த அழகிய வீடு.
நினைவில்லையா ரௌல்?
ராஃபேல்? பூமிக்கடியில் கிடந்து நீ நினைப்பதில்லையா?
எஃபனிகோ?
ஜூன் மாத வெய்யில் உன் வாயில் பூக்களை நிறைத்த
எனது உப்பரிகைகள் நினைவில்லையா?
சகோதரா, என் சகோதரா!
ஒவ்வொன்றும்
பெருங்குரல் ஆரவாரங்கள், சந்தைப் பொருட்களின் உப்பு.
துடிக்கும் ரொட்டிக் காவியங்கள்.
வறண்டு போன மைக்குப்பி போல
மீன்களின் சுழலில் நிலையுடன் நிமிர்ந்து நிற்கும்
எனது அர்குவெஸ் புறநகரின் கடைகள்.
கரண்டிகளுக்குள் வழிந்தது எண்ணெய்
தெருக்களில் அலைமோதும் கைகால்களின் பெருங்கடல்.

வாழ்க்கையைத் துல்லியமாய் அளக்கும்
மீட்டர்கள், லிட்டர்கள், அடுக்கப்பட்ட மீன்கள்
குளிர் வெயிலில் நடுங்கும் காற்றுத் திசைகாட்டிகள்,
மேற்கூரைத் தோற்றங்கள்.
நேர்த்தியான உறைந்த உருளைக் கிழங்குகளின் தந்தத்தன்மை.
அலை அலையாய்க் கடலுக்குள் உருளும் தக்காளிப் பழங்கள்.

ஒரு காலையில் எல்லாமும் பற்றி எரிந்தன
ஒரு காலையில் மனிதர்களை விழுங்கும் காட்டுத் தீ
பூமியிலிருந்து தாவி எழுந்தது
அப்போதிருந்து தீ, வெடிமருந்து, அதன் பிறகு இரத்தம்.
குழந்தைகளைக் கொல்ல ஆகாய மார்க்கம் வந்தார்கள்
கொள்ளையர்கள் - விமானங்களும் கறுப்பர்களுமுடைய
கொள்ளையர்கள் - மோதிரங்களும் பிரபுப் பெண்களுமுடைய
கொள்ளையர்கள் வந்தார்கள்:
ஆசீர்வாதங்களை வாரி இறைக்கும் கறுப்புப் பாதிரிகளுடன்,
குழந்தைகளின் இரத்தம் அலட்டலில்லாமல்
தெருக்களில் ஓடிற்று
குழந்தைகளின் இரத்தம் போல.

நரிகளே வெறுக்கும் நரிகள்
வறண்ட முட்செடிகள் கடித்துக்குதறி உமிழும் கற்கள்
விரியன்களே அருவருக்கும் விரியன்கள்!
உடல்களுடன் நேருக்கு நேர் நின்று அதைப் பார்த்தேன்.
ஸ்பெயினின் இரத்தம்
அகங்காரத்தின் பேரலையில், கத்திகளின் பேரலையில்
உங்களை மூழ்கடிக்க
பிரளய அலைபோல நிமிர்கிறது

சதிகாரப் படைத் தலைவர்களே!
பாருங்கள் இதோ என் இறந்த வீட்டை,
உடைந்து நொறுங்கிய ஸ்பெயினை,
ஒவ்வொரு வீட்டிலிருந்தும் மலர்களுக்குப் பதில்
எரியும் உலோகம் உருகி வழிகிறது
ஸ்பெயினின் ஒவ்வொரு கண் குழியிலிருந்தும்
இன்னொரு ஸ்பெயின் வெளிப்படுகிறது
இறந்துபோன ஒவ்வொரு குழந்தையிலிருந்தும்

கண்களுடன் ஒரு துப்பாக்கி உயர்கிறது.
ஒவ்வொரு பாதத்திலிருந்தும் தோட்டாக்கள் பிறக்கின்றன.

ஒரு நாள் அவை
உங்கள் இதயத்தின் மையத்தை அடையும்.
நீங்கள் இன்னும் கேட்பீர்கள்: ஏன் அவன் கவிதை
கனவுகளைப் பற்றி
இலைகளைப் பற்றி
சொந்த தேசத்தின்
பிரம்மாண்ட எரிமலைகள் பற்றிப் பேசவில்லை?

வந்து பாருங்கள் தெருக்களில் இரத்தத்தை
வந்து பாருங்கள்
தெருக்களில் இரத்தத்தை
வந்து பாருங்கள் இரத்தத்தை
தெருக்களில்.

ஸ்பெயின் எவ்வாறு இருந்தது?

வறண்டு, முறுக்கேறியிருந்தது ஸ்பெயின்
மந்தமான ஒலியெழுப்பும் ஒரு பகல் முரசு,
ஒரு சமவெளி, ஒரு கழுகுக் கூடு,
சாட்டை சொடுக்கும் சீதோஷ்ணத்தின் கீழ் ஒரு மௌனம்.

உனது தரிசு நிலம், உனது உலர்ந்த ரொட்டி,
உனது பாதிக்கப்பட்ட மக்கள் இவற்றை
ஆன்மாவில் நேசிக்கிறேன் நான்.
இவற்றின் மீதான எனது நேசம் அலறுகிறது.
எனது ஆழங்களில்
உனது கிராமங்கள் இழந்துவிட்ட பூ மலர்கிறது.
காலமும் அசைவுமற்று
நிலவொளியில்
வயதானவர்களைப் போலப் படுத்துக்கிடக்கும்
உனது தாதுப் படிவங்களை
ஒரு பைத்தியக்காரக் கடவுள் விழுங்கிக்கொண்டிருக்கிறது.
உனது விஸ்தீரணங்கள், உனது மிருகத்தனமான தனிமை,
கூடவே,
உருவமற்ற மௌனத்தின் கற்களால் ஆக்ரமிக்கப்பட்ட
உனது உன்னத சாதுர்யம்,
உனது வீரிய மது, உனது இனிமையான மது,
உனது அடர்ந்த, மென்மையான திராட்சைத் தோட்டங்கள்.

நீ சூரியக் கல்
நீ பூமிப் பிரதேசங்கள் அனைத்தையும்விடத் தூய்மை
இரத்தத்தையும், உலோகங்களையும் நாளாகக் கொண்ட
பூவிதழ்களும் வெடிகுண்டுகளும் உடைய
பாட்டாளிகளைக் கொண்ட
நீலமயமான ஸ்பெயின், வெற்றிமயமான ஸ்பெயின்,
இணையற்ற ஜீவனுள்ள,
உறக்கத்தன்மையுள்ள, புகழப்படும் ஸ்பெயின்.

போருக்குப் பிந்தைய நிலக்காட்சி

குதறப்பட்ட வெளி, படை சிதைத்த தானியம்,
நொறுங்கிய குதிரை லாடங்கள்,
பனிமூட்டத்துக்கும் கற்களுக்குமிடையில்
உறைந்த நிலவு.

கருகித் தேய்ந்த முட்புதர்கள் மூடிய
காயம்பட்ட பெண்குதிரையின் நிலவு,
அச்சுறுத்தும் ஒடுங்கிய உலோகம் அல்லது உடைந்த எலும்பு,
மறதி, கிழிந்து நைந்த துணிகள்,
வெட்டியான்களின் புகை.

வெடியுப்பின் கரிப்பான ஒளிவட்டத்துக்குப் பின்னால்
அரைக்கப்பட்ட கோதுமைபோல,
பொருளிலிருந்து பொருளுக்கும் நீரிலிருந்து நீருக்கும்
விரைந்து படர்கிறது: எரிக்கப்பட்ட நிலம், குதறப்பட்ட மண்.

தற்செயல்சருமம் மென்மையோ மென்மை,
மறைந்து பரவியிருக்கும் கருஞ்சாம்பல்,
இப்போது இங்கே, எதிரொலிக்கும் குளிரும்
மழையின் அருவருப்பான பொருட்களும் மட்டுமே.

பயந்து நடுங்கும் இந்த மண்ணை என் கால்களால் மறைக்கவா,
அவர்கள் இதற்குப் பெயரிட்டுக் காயப்படுத்தும்வரை
என் இமைகளால் மூடிவைக்கவா?
என் இரத்தத்தில் இந்த நிழலின் சுவையைத் தேக்கிவைக்கவா?
எனில் அங்கே மறதியில்லாமலிருக்கும்.

சிலியைக் கண்டுபிடித்தவர்கள்

*வடக்கேயிருந்து அல்மாக்ரோ அவனது நொறுக்கிய கனலைக்
கொண்டுவந்தான்
வெடிச்சிதறலுக்கும் சூரிய அஸ்தமனத்துக்கும் இடையில்
பகலும் இரவும்
நில வரைபடத்தின் மீது நிற்பதுபோல
இந்தப் பிரதேசத்தின் மீது குனிந்து நின்றான்.
முட்களின் நிழலில், நெருஞ்சிகளின் நிழலில், மெழுகின் நிழலில்
ஸ்பானியன்
அவனது உலர்ந்த வடிவத்தைச் சந்தித்துக் கொண்டிருந்தான்,
அப்போது, அந்தப் பிரதேசத்தின் இருண்ட விசனகரமான
யுத்தத் தந்திரங்கள் பற்றி கவனம் கொண்டிருந்தான்.*

*எனது மெலிந்த தேசத்துக்கு வடிவம் தருபவை:
இரவு, பனி, மணல்.
எல்லா மௌனமும் அதன் நீண்ட கரையில் கிடக்கின்றன
எல்லா நுரையும் அதன் கடற்தாடியிலிருந்து மிதந்து வருகின்றன
எல்லா நிலக்கரியும் அதை மர்ம முத்தங்களால் மறைக்கின்றன
தங்கம், அதன் விரலில் தணல்போலக் கனல்கிறது
ஒரு பச்சை நிலவுபோல ஒளிரும் வெள்ளி.*

*கோபக் கிரகத்தின் அடர்ந்த நிழலை மிளிரச்செய்கிறது,
ரோஜாச் செடிக்கும், ஆலிவ் எண்ணெய்க்கும், மதுவுக்கும்,
புராதன ஆகாயத்துக்கும் அருகில் ஒருநாள் அமர்ந்திருந்த
அந்த ஸ்பானியன் கற்பனை செய்யவே இல்லை.
கடற் கழுகின் எச்சத்திலிருந்து
கோபமுள்ள கல் பிறந்து வருமென்று.*

எனது அரசியல் கட்சிக்கு

அறிமுகமற்ற மனிதர்களிடமும்
நீ எனக்குச் சகோதரத்துவம் கொடுத்தாய்
வாழ்ந்து கொண்டிருக்கும் எல்லாவற்றின்
மொத்த வலிமையையும்
நீ எனக்குக் கொடுத்தாய்
ஒரு புதிய பிறப்பு போல
நீ எனது தேசத்தை எனக்குக் கொடுத்தாய்.
தனியனான மனிதனுக்குக் கிடைக்காத சுதந்திரத்தை
நீ எனக்குக் கொடுத்தாய்
என்னுள் கருணையின் வளம்
நெருப்பு போலக் கனன்றெரியச் செய்ய
நீ எனக்குக் கற்றுக்கொடுத்தாய்.
ஒரு மரத்துக்குத் தவிர்க்க இயலாத உயரத்தை
நீ எனக்குக் கொடுத்தாய்
மனிதர்களின் ஒருமையையும், பன்முகத்தன்மை(யை)யும் காண
நீ என்னைத் தகுதியானவனாக்கினாய்.
எல்லோருடைய வெற்றியிலும்
என்னுடைய அந்தரங்கத் துயர்கள்
இறந்து போவது எவ்வாறு என்று
நீ எனக்குக் காட்டித் தந்தாய்
எனது சகோதரர்களின் முரட்டுப் படுக்கைகளில் இளைப்பாற
நீ எனக்குக் கற்றுக் கொடுத்தாய்.
பாறைமீது உருவாக்குவதுபோல
யதார்த்தத்தின் மீது நிர்மாணம் மேற்கொள்ள
நீ என்னைத் தூண்டினாய்.
மந்தபுத்திக்காரன் மீது விழும் சாட்டைபோல
கொடுஞ் செயல்களுக்கு என்னை எதிரியாக்கினாய்.
உலகத்தின் புத்துணர்வையும் இன்பத்தின் சாத்தியங்களையும்
நீ எனக்குத் கற்றுக்கொடுத்தாய்
நீ என்னை இறப்பற்றவனாக்கி இருக்கிறாய்
எவ்வாறெனில்
இனி எனக்குள்ளேயே ஒடுங்கமாட்டேன் நான்.

சர்வாதிகாரிகள்

இரத்தமும் சதையும் கலந்த கலவையின்
துளைத்து ஊடுருவிக் குமட்டும் இதழாக
கரும்புக் கொல்லைக்கிடையில்
மிஞ்சியிருக்கிறது ஒரு வாடை.
சிதைந்த எலும்புகளும் பேச்சற்ற மரண ஓலங்களுமாக
தென்னை மரங்களுக்கிடையில்
இடுகாடுகள் நிரம்பியிருக்கின்றன.
அமைதியான சர்வாதிகாரி
நீண்ட தொப்பிகளுடனும் தங்க சிகைப்பின்னல்களோடும்
கழுத்துப்பட்டிகளோடும்
பேசிக்கொண்டிருக்கிறான்.
சிறு அரண்மனை ஒரு கடிகாரம்போல ஒளிர்கிறது
சமயங்களில் கையுறையணிந்த அதிரடிச்சிரிப்புகள்
தாழ்வாரங்களைக் கடந்து
புதிதாகப் புதைக்கப்பட்ட நீலம்பாரித்த உதடுகளுடனும்
இறந்த குரல்களுடனும் இணைகின்றன.
அந்த அழுகையைக் காணமுடியாது... அது
பூமியெங்கும் முடிவற்று விதைகளைச் சிந்தும் ஒரு தாவரம்
ஒளியின்றி வளரும் குருட்டு இலைகளுள்ள தாவரம்.
சதுப்பு நிலத்தின் பிசாசு நீரில்
செதில்மேல் செதிலாக
அடிமேல் அடியாக
சேறும் மௌனமும் நிரம்பிய முகவாயுடன்
வளர்ந்திருக்கிறது வெறுப்பு.

மாச்சு பிச்சுவின் சிகரங்கள் - ஒரு முன் குறிப்பு

நெரூதாவின் 'கான்டோ ஜெனரல்' *Canto General* (பொதுக் காண்டம்) தொகுப்பில் இடம்பெறும் நீள் கவிதையான 'மாச்சு பிச்சுவின் சிகரங்க'ளின் மையம் - வரலாறு. புதையுண்டு போன ஒரு நகரத்தின் இறந்த காலத்தை நிகழ்கால அனுபவமாக மீட்டுருவாக்கம் செய்கிறார் நெரூதா.

இன்கா இனத்தவரின் அழிந்துபோன நகரம் மாச்சு பிச்சு. ஆண்டீஸ் மலைத்தொடரில் உருபம்பா ஆற்றங்கரையில் மாச்சு பிச்சு, ஹுவாய்னா பிச்சு ஆகிய இரட்டை மலைகளுக்கிடையில் உருவான புராதன நகரம். கலைத்தேர்ச்சியுடனும் நீர்நிலைகளும் வழிபாட்டுத் தலங்களும் சதுக்கங்களும் வீடுகளும் வாயில்களும் படித்துறைகளுமாக நுட்பமான தொழில் திறனுடன் நகரம் நிர்மாணிக்கப்பட்டதாக வரலாறு சான்றளிக்கிறது.

காலத்தின் மறதிக்குள் புதையுண்டிருந்த இந்த மலைநகரமும் கோட்டை கொத்தளங்களும 1910 ஆம ஆண்டு அகழ்வாராய்ச்சியில் மீட்டெடுக்கப்பட்டது. காற்றின் உராய்வுக்கும் நீரின் அரிப்புக்கும் ஈடு கொடுத்து நின்ற நகரம், தொன்மைச் சின்னமாக இன்று பராமரிக்கப்பட்டு வருகிறது. 1943 இல் நெரூதா இந்த நகரத்தைச் சென்று பார்வையிட்டார். மனித வாழ்வின் ஊற்றைத் தேடிய புனிதப் பயணம் என்று தனது அனுபவத்தைக் குறிப்பிடவும் செய்தார்.

ஸ்பானிய ஆக்கிரமிப்பால் இன்கா நாகரிகமும் மாச்சு பிச்சு நகரமும் அழிக்கப்பட்டதாகக் கருதப்படுகிறது. எனினும் அங்கு வாழ்ந்த மக்களினத்தின் மறைவு ஒரு புதிர். இந்தப் புதிரின் உண்மையை அறிய ஒரு கவிதைமனம் மேற்கொள்ளும் சாகசமான பன்முகப் பயணம்தான் - 'மாச்சு பிச்சுவின் சிகரங்கள்'.

மாச்சு பிச்சுவின் சிகரங்கள்

I

காற்றிலிருந்து காற்றுக்கு இழுபடும் வெற்றுவலைபோல
குளிர்காலத்தின் உச்சத்தில்
பணத்தாள்களாக இலைகள் உதிரும்போது
கட்டற்ற நேசம் கையுறையிலிருந்து கழன்று
நிலவின் நீண்ட விரல்களாக நம்மைத் தொடுகையில்
வசந்தத்துக்கும் கோதுமைக் கதிர்களுக்கும் இடையில்
இசைவான சூழ்நிலையில்
தெருக்களில் இழுபட்டு வந்தேன் நான்.

ஒத்திசைவு இல்லாத பொருட்களில் உயிர்ப்பு ஒளிரும் நாட்கள்;
மௌனத்தின் அமிலத்தில் கரையும் இரும்பு
கடைசித் துகள்களாகக் கலையும் இரவுகள்
காதல் பிரதேசத்தில் குலைந்த மகரந்தச் சேகரங்கள்

வயலின்களுக்கு இடையில் எனக்காகக் காத்திருந்த எவரோ,
இறுகிய கந்தக இலைகளுக்கடியில்
தன்னைச் சுழற்றித் துளைத்துப்
புதைத்துக்கொண்ட கோபுரம்போன்ற
ஓர் உலகைக் கண்டடைந்தார்.
வால் நட்சத்திரங்களின் உறையில் பாய்ச்சிய
விசையுள்ள வாளைப்போல
பூமியின் பொன் நாளங்களுக்குள்
அதன் மர்ம உறுப்புகளுக்குள்
எனது மென்மையான கையை நுழைத்தேன்.

ஆழம் காணமுடியாத அலைகளுக்குள் தலைசாய்த்து
கந்தகத்தின் உறக்கத்தில் ஒரு துளியாகச் சுருங்கினேன்.
ஒரு குருடனைப்போல
நமது களைத்துப்போன மனித வசந்தத்தின்
மல்லிகை மணத்தை மறுபடியும் கண்டடைந்தேன்.

மாச்சு பிச்சுவின் சிகரங்கள்

II

மலர் மலருக்காகத்
தனது விதைகளைப் பரப்புகிறது.
பாறை, தனது மலர்ச்சியை
வைரத்தின் கசங்கிய ஆடையில்
மணலின் கசங்கிய ஆடையில் தூவிப் பராமரிக்கிறது.
எனினும், மனிதன்
கடலின் நிச்சயிக்கப்படாத ஆழத்திலிருந்து
தானே கடைந்தெடுத்த ஒளியின் இதழை
கசக்கியெறிகிறான்.
தனது கைகளில் துடிக்கும்
உலோகத்தைத் துளையிடுகிறான்.
துணிகளுக்கும் புகைப்படலத்துக்குமிடையில்
சீக்கிரமே அகப்பட்டு
கசங்கிய மூட்டைபோல ஆன்மா சிறுத்து
மூழ்கிப்போன தரைமீது கிடக்கிறான்.
படிகமாக, உறக்கமின்மையாக, கடலின் கண்ணீராக,
குளிர்ந்த தடாகங்களாக ஆகிறான்
எனினும் இது போதவில்லை;
கொல்கிறான், அதை
வெறுப்புடன் தாளில் ஒப்புக்கொள்கிறான்,
பழக்கத்தின் போர்வையில் மூடிமறைக்கிறான்,
துவேஷ முள்ளாடையால் அதை
கிழித்துத் துண்டாடுகிறான்.
இல்லை:
தாழ்வாரங்களிலும், பாற்றிலும், கடலிலும், நிலத்திலும்
சிவந்த பாப்பி மலர்கள்போலப் பாதுகாப்பில்லாமலிருக்கும்
அவனது இரத்தநாளங்களைக்
காப்பாற்றுவது யார்?
உயிர்களை விற்பவனின் இருண்ட சரக்குகளிலிருந்து
சீற்றம் இப்போது
இரத்தமாகப் பீறிடும்போது,

பிளம் மரத்தின் உச்சியில் காத்திருக்கும் சிறுகிளையில்
பனித்துளி
நூற்றாண்டுகளாக மறையாதிருக்கும்
தனது நிலப்படத்தைப் பதித்துப் போகிறது.
இதயமே,
இலையுதிர்காலத்தின் பள்ளங்களுக்கிடையில்
நசுங்கிக் சிறிதான முகமே!

எத்தனைமுறை
குளிர்கால நகரத்தெருக்களில்
அல்லது பேருந்தில்
அந்தியில் ஒரு படகில்
அல்லது நிழல்களிலும் மணியோசையிலும் மூழ்கிய
விழாக்கால இரவுகளின் இறுக்கமான தனிமையில் தயங்கி
மனித மகிழ்வின் உறைவிடத்தில்
தங்கியிருக்க விரும்பினேன்.
முன்பு,
ஒரு கல்லிலிருந்தோ
அல்லது
ஒரு முத்தத்தின் மின்வெட்டிலிருந்தோ
நான் தொட்டுணர்ந்த
நித்தியமானதும் அளந்தறிய முடியாததுமான
உண்மையின் இழையைத் தேடினேன்.

(அது
சிறிய திரண்ட முலைகளின் மஞ்சள் வரலாறுபோல
முடிவற்று வளர்ந்து பெருகும் கோதுமையில்
என்றும் மென்மையாகத் தொடரும் காலக்கணக்கு.
என்றும் ஒரேபோலத் தந்த நிறமாக மாற உமியைக் களைகிறது.
என்றும் ஒளி ஊடுருவும் நீரில் தென்படும் வீட்டின் நிழல்.
தனித்திருக்கும் பனிப்படலம் முதல்
இந்த இரத்த அலைகள்வரை
என்றும் தனித்திருக்கும் மணியோசை.)

திருஷ்டிப் பொம்மையின்
உடைகள் போன்ற முகக்குவியல்களையும்
அல்லது

உள்ளீடற்ற பொன்வளையங்கள் போன்ற
அவிழ்த்தெறியப்பட்ட முகமூடிகளையும்
திகைப்படைந்து நின்ற இனங்களின்
பட்டமரங்களை உலுக்கும்
இலையுதிர் காலத்தின் புதல்வியரையும்தான்
என்னால் வசப்படுத்த முடிந்தது.

எனது கைகளுக்கு இளைப்பாற இடமில்லை,
தடுக்கப்பட்ட நீர்போலப் பாயவோ
நிலக்கரிபோல வெம்மையாகவோ
ஸ்படிகம்போலக் குளிர்ச்சியாகவோ
எனது திறந்த கைகளுக்கு எதிர்வினையில்லை.

என்னவாக இருந்தான் மனிதன்?
அவனது உரத்த உரையாடலின் அடுக்குகளில் எங்கே?
கடைகளுக்கும் சங்கொலிக்குமிடையில்
அவனது உலோக அசைவுகளில் எதில்?
அழிவற்று வாழ்கிறது உயிரின் இயல்பு?

மாச்சு பிச்சுவின் சிகரங்கள்

III

நிரப்ப முடியாத களஞ்சியத்துக்குள் விழும்
சோள மணிகள்போல
கடந்துபோன செயல்களுக்குள்ளும்
அலுப்பூட்டும் நிகழ்வுகளுக்குள்ளும்
ஒன்பது முதல் ஐந்துமணி வரை விழும் மனிதவாழ்வு.
ஒவ்வொருவர்க்கும் மரணம் ஒருமுறையல்ல, பலமுறை.
ஒவ்வொரு நாளும் ஒரு மரணம்.
புழுதி, புழு, நகரவிளிம்புகளின் சகதியில் அலையும் வெளிச்சம்.
பருமனான சிறகுகளுடன் குறுகிய மரணம்
ஒரு குறுவாள்போல
ஒவ்வொரு மனிதனுக்குள்ளும் நுழைகிறது.

மேய்ப்பர்கள்மீதும்
துறைமுக மைந்தர்கள்மீதும்
கறுத்த ஏர் ஓட்டிகள்மீதும்
இடுங்கிய தெருக்களில் எலிகளாக அலைபவர்கள்மீதும்
ரொட்டியாலும் கத்திகளாலும் ஆக்கிரமிக்கிறது.

எல்லோரும் அவரவரது
சுருக்கமான அன்றாடச் சாவுக்காகக் காத்திருந்து
வலுவிழந்துபோனார்கள்.
ஒவ்வொரு நாளும்
அவர்களது சகிக்கமுடியாத துயரம்
நடுங்கும் கைகளால் அவர்கள் காலிசெய்த
கறுப்புக்குவளை போலிருந்தது.

மாச்சு பிச்சுவின் சிகரங்கள்

IV

தவிர்க்க முடியாத மரணம் என்னை அழைத்திருக்கிறது
பலமுறை:
அலைகளில் கரைந்திருக்கும் உப்பைப்போன்றது அது.
அதன் அரூப வாசனை,
சிதிலங்களையும் உயரங்களையும்
அல்லது
காற்றின் பரந்த வடிவங்களையும்
பனிப்பொழிவையும் உணர்த்தியது.

கத்தியின் விளிம்பை
காற்றின் இடுங்கிய வழியை
வயலும் கல்லுமான சவப்போர்வையை
இறுதிப்படிகளின் நட்சத்திரவெறுமையை
அச்சந்தரும் சுழல்வழியை
வந்தடைந்தேன் நான்.
எனினும்
மரணத்தின் பெருங்கடலே,
அலையலையாக அல்ல...
அந்திவெளிச்சத்தின் பாய்ச்சலாக
இருளின் முழுமையான கணக்காக
எங்களை வந்தடைகிறாய்.
எங்கள் பைகளைத் துழாவ ஒருபோதும் நீ வந்ததில்லை,
சிவந்த ஆடையில்லாமலோ,
மௌனத்தில் பொதிந்த கம்பளத்தை ரகசியமாக்காமலோ
இங்கே புதைக்கப்பட்ட அல்லது நிர்மாணிக்கப்பட்ட
கண்ணீரின் மரபு இல்லாமலோ
எங்களை ஒருபோதும் நீ சந்தித்ததில்லை.

ஒவ்வொரு மனிதனுக்குள்ளும்
தனது மிஞ்சிய இலையுதிர்காலங்களை முதுகில் சுமந்து நிற்கும்
ஒரு மரத்தை (ஆயிரக்கணக்கில் உதிர்ந்துகொண்டிருக்கின்றன
இலைகள்) என்னால் நேசிக்கமுடியாது.

மண்ணில்லாத இந்தப் போலிமரணங்களை,
ஆழமில்லாத புத்துயிர்ப்புகளை
என்னால் நேசிக்கமுடியாது.
மிகச் செழிப்பான வாழ்நிலங்களில்
பரந்த கழிமுகங்களில் நீந்த விரும்பினேன்.

தனது காயம்பட்ட வாழ்வை
எனது உயிர்ப்புள்ள விரல்களால் தொடமுடியாமல்
தனது வாசல்களையும் வழிகளையும் அடைத்து
மனிதன் என்னை நிராகரித்துக்கொண்டிருந்தபோது,
வேறு வழிகளில்
தெருக்களினூடே
நதியிலிருந்து நதிக்கு
நகரத்திலிருந்து நகரத்துக்கு
ஒரு படுக்கையிலிருந்த இன்னொரு படுக்கைக்கு வந்தேன் நான்.
கானகத்தினூடே
என் உப்புச் சாயலை இழுத்துக்கொண்டு
கடைசிக் குடிசைகளுக்கு வந்தேன்.
வெளிச்சமும் நெருப்புமில்லாமல்
உணவில்லாமல்,
கல்லும் மௌனமுமில்லாமல்
எனது சொந்த மரணத்தை இறந்தபடி
தனியே நடந்தேன் கடைசியில்.

மாச்சு பிச்சுவின் சிகரங்கள்

V

உள்ளீடற்ற சருமத்துக்கடியிலும்
அவரசமாக விழுங்கிய உணவுகளுக்கிடையிலும்
அந்த அறையிலிருந்த ஏழை
ஏற்றுக்கொண்டிருந்தது.
கடின இதயமுள்ள மரணமே,
இரும்புச் சிறகுள்ள பறவையே,
உன்னையல்ல.
ஒரு பழங்கயிற்றின் சுருண்ட இழையை
துணிவுடன் முன்வராத ஓர் அணுவை
ஒருபோதும் வியர்வையாக மாறாத ஒரு பனித்துளியை.
ஒருபோதும் அது மறுபடிப் பிறக்கவில்லை
இரங்கற்பாடல் பெறாத மரணத்தின் துகள், வெறும் எலும்பு,
உள்ளுக்குள்ளேயே நொறுங்கிப்போன ஒரு தேவாலயமணி.

அயோடின் நாறும் இந்தக் கட்டுகளை அவிழ்த்து
மரணத்தை மென்மையாக்கிய நோவுகளுக்குள்
என் கைகளை நுழைத்தேன்.
ஆன்மாவின் இடைவெளிகளைச் சில்லிடச் செய்யும்படி வீசும்
காற்றைத்தவிர
வேறு எதையும் அந்தக் காயத்தில் நான் சந்திக்கவில்லை.

மாச்சு பிச்சுவின் சிகரங்கள்

VI

பூமியின் ஏணியிலேறி
முள்நிறைந்த காட்டுப்புதர்கள் வழியாக
உன்னை வந்தடைந்தேன், மாச்சு பிச்சு!

வெட்டுப்பட்ட படிகளால் உயர்ந்த நகரம்
பூமி அதன் இரவு உடைக்குள்
ஒருபோதும் ஒளித்துவைக்காத கடைசிப் புகலிடம்
உன்னுள்
இணையாகச் செல்லும் இருவேறு மரபுகள் சந்திக்கின்றன.
அங்கே
மனிதனையும் வெளிச்சத்தையும்
தொட்டிலாட்டும் முட்களின் காற்று.

கல்லின் தாய், கழுகுகளின் விந்து.
மனித உதயத்தின் பாறைத்தொடர்.
ஆதிமணலின் புதைந்த மண்வெட்டி.
இதுதான் அந்த வாழ்நிலம்;
இதுதான் அந்த இடம்.
இங்கேதான்
செழித்த சோளப்பயிர்கள் நிமிர்ந்து வளர்ந்தன...
சிவந்த வந்தனம்போல மறுபடியும் தாழ்ந்து குனிய.

மனிதர்களின் ஆசைக்கும்
அவர்களது கல்லறைகளுக்கும்
அன்னையருக்கும் அரசனுக்கும் வழிபாடுகளுக்கும்
போர்வீரர்களுக்கும்
உடையணிவிக்க
செம்மறியாடுகளின் தங்கரோமம்
கத்தரிக்கப்பட்டது

இங்கேதான் இரவில்
மாமிசம் திணித்த கூட்டிலிருக்கும் கழுகுகளின் நகங்களும்
மனிதர்களின் கால்களும்

அருகருகே இளைப்பாறின.
விடியலில்
இடிமுழங்கும் காலடிகளுடன்
கலையும் பனிமூட்டத்தில் நடந்து
மண்ணையும் கல்லையும் தொட்டறிந்தார்கள்.
வரவிருக்கும் இரவையும்
வரவிருக்கும் மரணத்தையும்
அந்தத் தீண்டலில் அவர்கள் புரிந்துகொண்டிருக்கலாம்.

உடைகளையும் கைகளையும்
வெறித்துப் பார்க்கிறேன் நான்.
ததும்பி நிறையும் தொட்டிநீரின் சுவடுகளையும்
இதே கண்களால் பார்க்கிறேன் நான்.
பூமியின் கம்பளம்போலச் சரியும் பரப்பைப்
பார்த்து நின்ற ஒரு முகத்தின் ஸ்பரிசத்தால்
தேய்ந்துதேய்ந்து மென்மையான சுவரையும் பார்க்கிறேன்.
எனது இதே கைகளால்
எண்ணெய் பூசி மெருகிடப்பட்ட மரப்பலகைகள்
உடைகள், தோல், பாத்திரங்கள்,
சொற்கள், மது, ரொட்டித்துண்டுகள்...
எல்லாம் மறைந்துவிட்டன
மண்ணுக்குள் விழுந்துவிட்டன.

காற்று
எலுமிச்சை மலர்களின் விரல்களுடன்
உறங்கும் முகங்களைத் தொடவந்தது.
காற்றின் ஆயிரமாண்டுகள்

காற்றின் வாரங்கள்
காற்றின் மாதங்கள்
நீலக் காற்றின் இரும்புத்தொடர்களின் ஆயிரமாண்டுகள்
தனிமையில் நிற்கும் கற்களைக் கழுவ
மெல்லிய காலடிகளுடன் வரும் புயலின் ஓராயிரமாண்டுகள்.

மாச்சு பிச்சுவின் சிகரங்கள்

VII

ஒரே இருட்குழியில் மடிந்தவர்களே,
ஒரே மலையிடுக்கின் ஆழத்து நிழல்களே,
உங்களது மகத்துவம் நோக்கி
உண்மையான, சகலத்தையும் விழுங்கும் மரணம்
இப்படித்தான்
துளைவிழுந்த பாறைகளிலிருந்து,
செந்நிறச் சுவர்ப்புடைப்புகளிலிருந்து,
அருவியாகப் பெருகும் வாய்க்கால்களிலிருந்து வந்தது.
ஓர் இலையுதிர் காலம்போல
நீங்கள் தடுமாறி ஒற்றை மரணத்துக்குள் விழுந்தீர்கள்.
இன்று, வெறும் காற்று
உங்களுக்காகத் துக்கப்படுவதில்லை.
உங்களது களிமண் கால்களை உணர்வதில்லை.
மின்னலின் கத்திகள் வானத்தை வெட்டியபோதும்
வலுவான மரம் காற்றால் வீழ்த்தப்பட்டு
பனியால் விழுங்கப்பட்டபோதும்
ஆகாயத்தை வடிகட்டிய
உங்கள் பாத்திரங்களை நினைக்கவில்லை.

அது உயர்த்திய கை சட்டென்று
சிகரங்களிலிந்து காலத்தின் ஆழத்தில் எறியப்பட்டது.
நீங்கள் இப்போது இல்லை.
சிலந்தி விரல்கள், மெல்லிய இழைகள், பின்னப்பட்ட துணி...
நீங்கள்
என்னென்னவாக இருந்தீர்களோ, அவையெல்லாம் -
சடங்குகள், சிதிலமான சொற்கள்,
கண்கூசச் செய்யும்
வெளிச்சத்தின் முகமூடிகள்... அவையெல்லாம்
உதிர்ந்து போயின.

எனினும்
கல்லிலும் மொழியிலும் நிரந்தரமாயிற்று ஒன்று.

உயிருள்ளதும் இறந்ததும் விறைத்ததுமான
ஒவ்வொரு கையும்
ஒரு குவளைபோல அந்த நகரத்தை உயர்த்தின.
ஏராளமான மரணங்களால்
தாங்கி நிறுத்தப்பட்ட அந்த மதில்,
ஏராளமான வாழ்வுகளால்
உராயப்பட்ட நெருப்புக்கற்களின் இதழ்கள்,
வாடாத ரோஜா, நமது வீடு, ஆண்டீஸ் மலைத்தொடர்கள்,
அதன் பனிபடர்ந்த எல்லைகள்.

களிமண் நிறக் கை
முழுவதும் களிமண்ணாக மாறியபோது,
தாக்கப்பட்ட சுவர்கள் மீதும்
கொத்தளங்கள் மீதும்
குறுகிய இமைகள் மூடியபோது,
நம்முள்ளிருந்த எல்லாரும்
மறுபடியும் வளைக்குள் ஓடுங்கியபோது,
மானுட விடியலின் சிகரங்களின்மேல்
கலையாத துல்லியமாக மிஞ்சியது:
எப்போதும் நமது மௌனத்தை நிறைத்துவைத்திருக்கும்
இந்த நீண்ட குவளை.
ஏராளமான வாழ்க்கைகளைக் கடந்த
இந்தக் கல்லின் வாழ்வு.

மாச்சு பிச்சுவின் சிகரங்கள்

VIII

என்னுடன் வா, அமெரிக்கக் காதலியே!
என்னோடிணைந்து இந்த மர்மக்கற்களை முத்தமிடு.
உருபம்பா நதியின் வெள்ளிநீரோட்டம்
மகரந்தத்தை அதன் தங்கக்கிண்ணத்தில் பறந்துவிழச் செய்கிறது.
குருட்டுக்கொடிகளின் புதர்,
உறைந்த தாவரம், கட்டறுபடாத பூமாலை - எல்லாமும்
இந்தப் பெட்டகத்தின் மௌனத்திலிருந்து
உயரப் பறந்துபோகின்றன.
பூமியின் சிறகுகளுக்கிடையில்
குறைபட்ட வாழ்வே வா,
அறையும் காற்றில் செதுக்கப்பட்ட ஸ்படிகமே,
கானக நீரே,
படையெடுப்புக்காக அணிவகுத்து நிற்கும்
மரகதங்களைப் பிளந்து
பனியின் விளிம்பிலிருந்து விழு.

ஆண்டீஸ் மலையின் நெருப்புக் கற்களிலிருந்து
இரவு சரிந்து
விடியலின் பாதம் தொடும்வரை
காதல்செய், காதல்செய்.
பிறகு வெளியே வந்து
பாடிக்கொண்டிருக்கும்
பனியின் குருட்டுச் சந்ததியைப் பற்றிச் சிந்தனைசெய்.

*ஒலிக்கும் தறிகளின் வில்கமயு**வே,*
காயம்பட்ட பனிப்படலத்தின் வெண்நுரையில்
உனக்குப் பிதுராரஜிதமாகக் கிடைத்த
இடிகள் முழங்கும்போது,
உனது தென்திசைக் காற்று
பனிமலை சரிவதுபோல உறுமி
ஆகாயத்தை எழுப்ப உயரும்போது,

---

* உரும்பா ஆற்றங்கரையில் இருந்த நகரம்.

உனது ஆண்டியன் சதுப்பிலிருந்து
ஒரு கணம் விடுபட்ட சொல்லை
என்ன மொழியில் உச்சரிப்பாய் நீ?

குளிரின் மின்னலைக் கைப்பற்றியதும்,
கைவிட்டதும்,
மலைச்சிகரங்களில் அதைக் கட்டியிட்டதும்,
உறைந்த கண்ணீருக்கிடையில்
அதைக் கைக்கொண்டதும் யார்?
மெல்லிய வாள்களின்மேல் அது சுழல்கிறது
அதன் பதமான சூலகங்களில் தாக்கப்படுகிறது
போர் வீரனின் படுக்கையறைக்கு இட்டுச் செல்லப்படுகிறது
அவனது
பாறைபோல இறுகிய முடிவுகளுடன் வேட்டையாடப்படுகிறது.

உனது மின்னல் வெட்டுக்கள்
கிசுகிசுப்பதென்ன?
உனது ரகசியக் கலமான மின்னல் வீச்சு
சொற்கள் நிரம்பிப் பயணம் செய்திருந்ததா?
மிஞ்சியிருக்கும் உனது நுட்பமான நீரில்
அரைபடும் உறைந்த சொற்களாக,
கறுத்த மொழிகளாக, பொன்னிழைத் தோரணங்களாக,
அடியாழமில்லாத உதடுகளாக,
ஒடுக்கப்பட்ட அலறல்களாக
அலைவது யார்?

தொலைதூர பூமியிலிருந்து நம்மைக் காணவரும்
பூக்களின் இமைகளை வெட்டியெறிவது யார்?
நிலக்கரியின் பரப்பில் அவர்கள் சிதைந்து மடிய
அருவியாகத் துள்ளும் உனது கைகளிலிருந்து
இறந்த விதைகளைத் தட்டிச் சிதறச் செய்வது யார்?

இந்தச் சங்கிலிகளின் கிளைகளைத்
தொங்கவிட்டது யார்?
நமது விரகத்தை மீண்டும் புதைத்தது யார்?

அன்பே, அன்பே,
விளிம்புகளுக்கு அருகில் வராதே!

புதையுண்ட தலையை வழிபடாதே!
தீர்மானங்களை முறிக்கும் தனது உறைவிடத்திலிருந்து
எல்லாச் செயல்களையும் காலம் தீர்க்கட்டும்.
இங்கே
மலைச்சரிவுகளுக்கும் பெருக்கெடுத்தோடும் நீருக்குமிடையில்
இந்தக் கணவாய்களுக்கு மத்தியில்,
ஒளி ஊடுருவும் படிமமாக வீசும் காற்றை
உயர்ந்த மலைகளைக் குடைந்தோடும் நீரோடையை
கசப்பு வாழ்த்துக்கள் கொண்ட பனித்துளியை
உள்வாங்கி
ஒவ்வொரு மலராக
அடர்ந்த வனத்தினூடே
படர்ந்திருக்கும் சாத்தானியக் கொடியை
மிதித்து விலக்கி மேலே ஏறி வா!

கல்லும் கானகமும்
பச்சைநிற நட்சத்திரத் துகள்கள்
தெளிந்த ஆகாயம்...
உயிருள்ள தடாகம்போலவோ
மௌனத்தின் புதிய தளம்போலவோ
மாண்டூர் பள்ளத்தாக்கு பிளந்து திறக்கிறது.

எனது வாழ்க்கைக்கு வா,
எனது விடியலுக்கு வா,
எனது தனிமையின் உச்சங்களுக்கு வா.

வீழ்ந்த பேரரசு
இப்போதும் பிழைத்திருக்கிறது.
இந்தக் கற்தளத்தின் மேல்
சூறையாடப்போகும் கொள்ளைக்கப்பல்போல
கழுகின் நிழல் விரைகிறது.

மாச்சு பிச்சுவின் சிகரங்கள்

IX

நட்சத்திரங்களால் சூழப்பட்ட கழுகு,
மூடுபனியில் திராட்சைத் தோட்டம்.
கைவிடப்பட்ட பிரகாரம், குருட்டுக் கொலைவாள்.
நட்சத்திர ஒட்டியாணம், பரிசுத்த அப்பம்.
பாய்ந்திறங்கும் படிக்கட்டுகள், அளக்க முடியாத கண்ணிமை.
முக்கோணமான உள்ளாடை, கல்லின் மகரந்தம்.
கருங்கல் விளக்கு, கல் அப்பம்.
உலோகப் பாம்பு, கல் ரோஜா.
புதைந்த கப்பல், கல் ஆதாரம்.
நிலவில் குதிரை, கல் வெளிச்சம்.
இரவு பகல் பிரியும் கால்வட்டம், கல்லின் ஆவி.
இறுதியான வடிவகணிதம், கல்லின் புத்தகம்.
காற்றின் சீறலுக்கிடையில் செதுக்கப்பட்ட பனிமலை.
மூழ்கிப்போன காலத்தின் பவளப்புற்று
விரல்கள் தேய்த்து மென்மையாக்கிய கொத்தளம்.
சிறகுளால் ஆக்கிரமிக்கப்பட்ட கூரை.
கண்ணாடிக் கற்றைகள், புயற்காற்றின் அடித்தளங்கள்.
படரும் திராட்சைக்கொடிகளால் சிதைந்த சிம்மாசனங்கள்.
மலைச்சரிவில் நிலைத்து நிற்கும் புயற்காற்று.
நிச்சலனமான மரகத அருவி.
உறங்கியவர்களின் பாரம்பரிய மணியோசை.
கீழ்ப்படுத்தப்பட்ட பனித்திரளின் கைவிலங்கு.

சிலைகளில் நிமிரும் இரும்பு.
அடைய முடியாத மூடப்பட்ட புயல்.
சிறுத்தைப் பாதங்கள், இரத்தக் கல்.
உயரும் நிழல், பனியின் விவாத அரங்கு.
விரல்களிலும் வேர்களிலும் கொடியுயர்த்திய இரவு.
மூடுபனியில் ஜன்னல், இதயமற்ற புறா.
இரவின் தளிர்ப்படர்ப்பு, இடிமுழக்கத்தின் பிம்பம்.
மலைத்தொடரின் முதுகெலும்பு, கடலின் கூரை.
வழிதவறிய கழுகுகளின் கட்டிடவடிவம்,

ஆகாயத்தின் கயிறு, ஹூங்காரத்தின் உச்சம்,
இரத்த அளவு, செயற்கை நட்சத்திரம்.
உலோகக் குமிழ், ஸ்படிகத்தின் நிலவு.
ஆண்டீயப்பாம்பு, வாடாமல்லியின் நெற்றி.
மௌனத்தின் மாடம், களங்கமில்லா வீடு.
கடலின் மணமகள், தேவாலயத்தின் மரம்.
உப்பின் கிளை, கருஞ்சிறகுள்ள செர்ரி மரம்.
பனிமூடிய பற்கள், குளிர்ந்த இரவு,
பயந்த நிலவு, பயமுறுத்தும் கல்.
குளிரின் சிகை, காற்றின் உராய்வு.
கைகளின் எரிமலை, இருண்ட அருவி.
வெள்ளி அலை, காலம் சேருமிடம்.

மாச்சு பிச்சுவின் சிகரங்கள்

X

கல்லுக்குள் கல், மனிதன், எங்கிருந்தான் அவன்?
காற்றுக்குள் காற்று, மனிதன், எங்கிருந்தான் அவன்?
காலத்துக்குள் காலம், மனிதன், எங்கிருந்தான் அவன்?
நீயும் நிச்சயமின்மையின் நொறுங்கிய துண்டுதானா?
இன்றைய தெருக்கள் வழியே,
பழைய தடங்களில்,
இலையுதிர் காலச் சருகுக்குவியல்களினூடே,
ஆண் மையைக் கல்லறைகளில் மோதிச் சிதறும்
வெற்றுக்கூடான கழுகின் நொறுங்கிய துண்டுதானா நீயும்?
பாவம் கைகள், பாவம் கால்கள், பாவம் அருமையான உயிர்,
விழாக்காலத்தில்
காளைச் சண்டைக்காரர்களின் குத்தீட்டிகள் மேல்
பெய்யும் மழைபோல
உன்னில் வந்துவிழும் ஒளியின் நாட்கள்.
அவை நமது இருண்ட உணவை
பசித்த வாயில்
ஒவ்வொரு இதழாகப் புகட்டியதோ?
பஞ்சம், மனித குலத்தின் பவளம், பசி,
ரகசியத் தாவரம், விறகுவெட்டிகளின் வேர்,
வழுக்குச் சுவர்களுள்ள இந்தக் கோபுரங்களிலேறி
உனது சங்கிலிப் பாறைகளையும் பஞ்சம் துளைத்ததோ?
நெடுஞ்சாலைகளின் உப்பே,
ஒரு கொல்லக்கரண்டியைக் கேட்கிறேன்.
கட்டிடமே,
கல்லால் ஆன மகரந்தக் கேசரத்தை
ஒரு சிறு சுள்ளியால் குடைய அனுமதி,
காற்றின் பறவைகளனைத்தையும் ஏறிக்கடந்து
வெறுமைக்குள் நுழைய அனுமதி,
மனிதனைத் தீண்டும்வரை உன் குடல்களைச் சுரண்ட அனுமதி.
மாச்சு பிச்சு,

கந்தையான அஸ்திவாரத்தின்மேல்
கல்லின்மேல் கல்லாக எழும்பினாயா நீ?
நிலக்கரிமேல் நிலக்கரி அடர்ந்து அதன் ஆழத்தில் கண்ணீரா?
நெருப்பின் பொன்மகுடம், அதற்குள்ளே
இரத்தத்தின் வீக்கமா?

நீ இங்கே புதைத்த அடிமையை என்னிடம் திரும்பக்கொடு.
இந்த நிலங்களின் ஏழைகளது
வறண்ட ரொட்டியைப் பிடுங்கி வீசு.
அந்த அடிமைக்குடிலின் சன்னலை,
அவன் உடுத்திருந்த கந்தலை எனக்குக் காட்டு.
உயிரோடிருந்தபோது அவன் உறங்கியதெப்படி
என்று சொல்லிக்கொடு,
தளர்ச்சியால் அவன் உராய்ந்து சுவரில் தோன்றிய
கறுத்த தழும்புபோல வாய்பிளந்திருக்க
குறட்டைவிட்டு அவன் உறங்கியதெப்படி
என்று சொல்லிக்கொடு.
அந்தச் சுவர், அந்தச் சுவர்.
ஒவ்வொரு கல்லும் தளர்ந்து
அவனது உறக்கத்தின்மேல் அழுந்தியிருக்குமோ?
நிலவுக்குக் கீழே உறங்குவதுபோல்
அவன் அகப்பட்டிருப்பானோ?

புராதன அமெரிக்கா, கடலின் முகத்திரையணிந்த மணமகளே,
வெளிச்சமும் ஆராதனையும் கலந்த
திருமணத் தோரணங்களில் கீழே
முரசுகளிலும் ஈட்டிகளிலும் தெறிக்கும்
இடிமுழக்கத்துடன் இணைந்த
உன் விரல்கள்
கானகத்தின் விளிம்பிலிருந்து
கடவுளரின் அசாதாரண பீடங்கள் வரை நீளும்போது
அமிழ்ந்துபோயின.
மனதில் ரோஜாவையும் குளிரின் மயிரிழையையும் கொண்டிருந்த
உன் விரல்கள்
புதுத் தானியத்தின் இரத்தம்படிந்த நெஞ்சை
ஒளிரும் பொருளாக மாற்றிய உன் விரல்களும்
திட்டமான வெறுமையில் அமிழ்ந்தன.

அவற்றோடு, அவற்றோடு புதைந்துபோன அமெரிக்கா!
உனது குமட்டும் குடலுக்குள்
பருந்துப்பசியை ரகசியமாக வைத்திருந்தாயா?

மாச்சு பிச்சுவின் சிகரங்கள்

XI

குலைந்த அழகினூடே
இரவு உருவாக்கிய கல்லினூடே
என் கைகளை ஆழ்த்தினேன்,
ஆயிரமாண்டுகளாகச் சிறைப்பட்ட பறவைபோல,
பழைய, நினைக்கப்படாத மனித இதயம்போல
என்னுள் துடித்தது அது.

இன்று
இந்த மகிழ்ச்சியை மறக்க விடு.
எல்லாக் கடல்களையும்விடப் பரந்தது
ஏனெனில்
எல்லாக் கடல்களையும்விட
கடலின் கழுத்து நகையான தீவுகளைவிட
மனிதன் பரந்தவன்.
ஒரு கிணற்றில் விழுவதுபோல
நாம் அவனுக்குள் விழவேண்டும்.
மர்ம நீரின் கிளைகளுடனும்
மூழ்கிப்போன உண்மைகளுடனும்
மேலேறி வரவேண்டும்.

கல்லின் கற்றளவை,
வலுவான பரிமாணங்களை,
எல்லைதாண்டிய நீட்சியை,
தேன்கூட்டின் அடித்தளங்களை
மறந்துவிட என்னை அனுமதி.
ஒரு செங்கோணத்தின் கிடைக்கோடாக
கம்பளிச் சட்டைக்கும்
கரிப்பு ரத்தத்துக்கும் அடியில் நகர
என் கைக்கு அனுமதி கொடு.

குதிரை லாடம்போன்ற துருப்பிடித்த சிறகுகளுடன் பறந்து
என் நெற்றிப்பொட்டில் கொத்துகிறது வெறிக்கழுகு,
அதன்

பிணந்தின்னிச் சிறகுகளின் சூறாவளி
சாய்வான படிக்கட்டுகளில்
இருட்புழுதியை வாரியிறைக்கிறது,
அந்தப் பறவையின் வேகத்தையோ
அதன்
நகங்களின் குருட்டு அரிவாள்களையோ
நான் பார்க்கவில்லை.

புராதன மனிதனை, அடிமையை,
வயலில் கிடந்துறங்குபவனை
நான் பார்க்கிறேன்.
ஓர் உடலை
ஓர் ஆயிரம் உடல்களை
ஓர் ஆணை
ஓர் ஆயிரம் பெண்களை
இரவாலும் மழையாலும் பொசுக்கப்பட்டு,
இருண்ட காற்றால்
இறுகிய கற்கள் போலக் கறுத்தவர்களை
நான் பார்க்கிறேன்.
விராகோச்சாவின் மைந்தன் யுவான் ஸ்ப்ளிட்ஸ்டோன்ஸ்*
பச்சை நட்சத்திரத்தின் வாரிசு யுவான் கோல்டுபெல்லி**
மரகதத்தின் பேரன் யுவான் பேர்ஃபுட்***
என்னுடன் உயிர்த்தெழுகிறார்கள்,
எனது சகோதரர்களாக!

* யுவான் ஸ்ப்ளிட்ஸ்டோன்ஸ் (Jhan Splitstones) – கல்வெட்டுபவன்

** யுவான் கோல்டுபெல்லி (Jhan Cold belly) – ஆறிய உணவை உண்பவன்

*** யுவான் பேர்ஃபுட் (Jhan Barefoot) – வெறுங்காலில் நடப்பவன்

மாச்சு பிச்சுவின் சிகரங்கள்

XII

என்னுடன் உயிர்த்தெழுந்து வா, என் சகோதரா.

உனது துயரங்களால் புதைக்கப்பட்ட ஆழத்திலிருந்து
உனது கைகளை நீட்டு.
இறுகிய கல்லறைகளிலிருந்து நீ திரும்பப்போவதில்லை
புதையுண்ட காலத்திலிருந்து நீ எழப்போவதில்லை
உனது கனத்த குரலோ
கண்குழியிலிருந்து தோண்டப்பட்ட உனது விழிகளோ
மீண்டும் வரப்போவதில்லை.

பூமியின் அடியாழத்திலிருந்து என்னைப் பார்.
நிலங்களை உழுபவனே,
நெசவாளியே,
வாய் திறவாத மேய்ப்பனே,
குலச்சின்னத்தின் சந்ததியே,
வஞ்சிக்கும் சாரத்தின்மேல் நிற்கும் கொத்தனே,
நசுங்கிய விரல்களுள்ள பொற்கொல்லனே,
நாற்றுகளை நினைத்துப் பதறும் உழவனே,
களிமண்ணுக்கிடையே விரயமாகும் குயவனே,
உனது
புதையுண்ட புராதன துக்கங்களை
புதுவாழ்வின் குவளைக்குள் கொண்டுவா,
உனது இரத்தத்தையும் உனது தழும்பையும்
என்னிடம் காட்டு.
பிறகு
வைரம் ஒளிமங்கிப்போனதாலோ
சோளக்கதிரையோ கல்லையோ
காலத்திற் தராமல் நிலம் பொய்த்ததாலோ
சவுக்கடி பட்டது இங்கேதான் என்று
என்னிடம் சொல்.
நீ இடறிவிழுந்த பாறையும்
உனது உடலைச் சிலுவையேற்ற

அவர்கள் தறித்த அந்த மரத்தையும்
என்னிடம் காட்டு.

புராதன விளக்குகளையேற்ற
சிக்கிமுக்கிக் கற்களை உரசு.
நூற்றாண்டுகளாக
உனது காயங்களில் ஒட்டியிருக்கும்
சவுக்குகளைக் கொளுத்து,
உனது இரத்தத்துடன் ஒளிரும்
கோடரிகளைக் கொளுத்து.

உனது இறந்த உதடுகளுக்காகப் பேசவந்திருக்கிறேன் நான்.

பூமி முழுவதிலும்
இறந்த உதடுகள் ஒன்றிணையட்டும்.
ஆழங்களிலிருந்து
இந்த நீண்ட இரவை எனக்காக நெய்து கொடு.
உன்னோடு இங்கே நிலைப்பேன்.

சங்கிலி சங்கிலியாக
கண்ணி கண்ணியாக
படிப் படியாக
எல்லாவற்றையும் என்னிடம் சொல்.
நீ ஒளித்துவைத்திருக்கும் கத்திகளைக் கூராக்கு.
சூரியச் சீற்றத்தின் பெருக்காக
புதையுண்ட சிறுத்தைகளின் அமேசான் நதியாக
அந்தக் கத்திகளை
என் மார்பில் பாய்ச்சு.
மணிக்கணக்காக
நாட்கணக்காக
ஆண்டுக்கணக்காக
இருண்ட யுகங்களாக
நட்சத்திர நூற்றாண்டுகளாக
என்னை அழவிடு.

எனக்கு மௌனத்தைக் கொடு,
எனக்கு நீரைக் கொடு, நம்பிக்கையையும்.
எனக்குப் போராட்டத்தையும் இரும்பையும் எரிமலைகளையும் கொடு.

காந்தங்கள்போல என் உடலோடு தொற்றட்டும் உடல்கள்.
எனது நாளங்களுக்குள்ளும் எனது நாவுக்குள்ளும் விரைந்து வா.
எனது குரலினூடே எனது இரத்தத்தினூடே பேசு.

யுனைடெட் ஃப்ரூட் கம்பெனி

எக்காளம் முழங்கியபோது
பூமியில் எல்லாம்
தயாராயிருந்தன.
யெஹோவா உலகத்தை
கொக்கோகோலா இன்கார்ப்பொரேட்டுக்கும்
அனகோண்டாவுக்கும்
ஃபோர்ட் மோட்டார்ஸுக்கும்
இன்னபிறவற்றுக்கும் பங்கிட்டுக்கொடுத்தார்.

அமெரிக்காவின் இனிய நாபிப் பகுதியை,
சாறுததும்பும் மத்திய கடலோரத்தை,
யுனைடெட் ஃப்ரூட் கம்பெனி அபகரித்துக்கொண்டது.
அந்த நிலங்களை
"வாழைப்பழக் குடியரசு"களென்று
ஞானஸ்நானம் செய்தது.

மரித்தோரிடையே உறங்குபவர்களுக்குமேல்
கொடிகளை விடுதலையை மகத்துவத்தை
வென்றெடுத்த நாயகர்களுக்குமேல்
நையாண்டி நாடகத்தை நிகழ்த்தியது.
சுயமரியாதையை விரட்டியது
பொறாமையை உறையிலிருந்து உருவி
ஸீசரின் மகுடங்களைப் பரிசளித்தது.
ஈக்களின் ஏதேச்சாதிகாரத்தை வரவேற்றது.
ட்ரூஹியோ ஈக்கள்
டாச்சோ ஈக்கள்
காரியாஸ் ஈக்கள்
மார்ட்டினெஸ் ஈக்கள்
உபிகோ ஈக்கள்
இரத்தத்திலும் பழச்சாறிலும் புரண்ட ஈக்கள்
சாமான்யர்களின் கல்லறைகள்மேல்
ரீங்கரித்துப் பறக்கும் குடிகார ஈக்கள்
சர்க்கஸ் ஈக்கள்

கொடுங்கோன்மையில் தேர்ந்த விவரமான ஈக்கள்

இரத்தவேட்கைகொண்ட ஈக்களுக்கிடையில்
நமது அழிந்துபோன தேசங்களின் பொக்கிஷங்களான
காப்பியையும் பழங்களையும்
இந்த ஃப்ரூட் கம்பெனி,
பரிமாறும் தட்டில் எடுத்துப்போவதுபோல
கொண்டுசெல்லும் கப்பல்களை அவிழ்த்துவிடுகிறது.

அதற்கிடையில் செவ்விந்தியர்கள்
துறைமுகங்களின் சர்க்கரைச் சதுப்புகளில்
இடறி விழுகிறார்கள்;
காலைப் பனியில் புதைகிறார்கள்.

ஒரு பெயரற்ற பொருளாக
ஒரு வீழ்ந்த எண்ணாக
குப்பைத்தொட்டியில் எறியப்பட்ட அழுகிய பழக்குலையாக
ஓர் உடல் உருண்டுபோகிறது.

மது

நமது பாடலிலிருந்து தொலைவாகவிருப்பதால்
வெளிறிப்போன பெரும் நதியிலிருந்து வந்த,
பூமத்தியரேகையிலிருந்து வந்த,
இலையுதிர்கால மது அல்லது வசந்த மது.
இலைகள் சிதறிக்கிடக்கும் மேஜையருகில்
உடன் அருந்தத் தோழர்கள்.
நான் உற்சாகக் குடிகாரன்.

நீங்கள் இங்கே வந்திருந்தால்,
உங்கள் வாழ்க்கையின் ஒரு துண்டைப் பிய்த்துப்பார்த்திருப்பேன்.
நீங்கள் விடைபெறும்போது
எனக்குச் சொந்தமான எதையேனும்,
தோழர்களுடன் பகிர்ந்துகொள்ளும் எதையேனும்,
நீங்கள் எடுத்துச்செல்லலாம்...
கொஞ்சம் ரோஜாக்கள்,
கொஞ்சம் அத்திப்பழங்கள்
அல்லது
சீக்கிரம் எரியும் சில வேர்களை.

நமது மதுக்கோப்பைகள் கவிழ்ந்து ஒழுகி
மேஜை சிவப்பாகும் வரை
நீங்கள் என்னோடு பாடிக்கொண்டிருக்கலாம்.
உங்கள் உதடுகளுக்கான இந்த மது
தூசிபடிந்த திராட்சைக்குலைகளிலிருந்தே
நேரடியாக வந்திருக்கிறது.
எனது பாடலின் எத்தனை சாயல்கள் மாறிப்போயின.
எனது பழைய தோழர்களே!
முகத்தோடு முகமாக நேசித்தேன் நான்.
வெளியே கடினமும் உள்ளே கனிவுமான
பழங்களின் தோட்டம் என் வாழ்க்கை.

எனது வீரிய விஞ்ஞானத்தை
என் வாழ்க்கையிலிருந்தே ஒருமையுடன் வடித்தெடுத்தேன்.

உனது கையைக் கொடு
என்னுடன் சும்மா வா.
எனது சொற்களில் எதையும் தேடவேண்டாம்
ஒரு செடியின் கசிவைவிட அதில் அதிகமொன்றுமில்லை.

ஒரு தொழிலாளியிடம் எதிர்ப்பார்ப்பதைவிட
என்னிடம் ஏன் அதிகம் எதிர்பார்க்கிறீர்கள்?
மண்ணில் அடுக்கியடுக்கி
எனது பட்டறையை நானே உருவாக்கினேனென்று
உங்களுக்குத் தெரியும்.
எனது நாவைத் தவிர
வேறொன்றால் நான் பேசுவதில்லையென்றும்
உங்களுக்குத் தெரியும்.
இந்தக் காற்றைத் தாங்கமுடியாதென்றால்
மருத்துவரைத் தேடிப்போங்கள்.

பூமியின் முரட்டு மதுவைப் புகழ்ந்து பாடுவோம்
இலையுதிர்காலக் கோப்பைகளால் மேஜைமேல் தாளமிடுங்கள்
ஒரு கித்தார் அல்லது மௌனம்
மறைந்துபோன நதிகளின் மொழியில் அல்லது
பொருளற்ற கண்ணிகளால்
நமது நேசத்தின் வரிகளைப் பாடிக்கொண்டிருக்கட்டும்;
பாடட்டும்.

அரசி

நான்
உன்னை அரசியாக்கினேன்

உயரமானவர்கள், உன்னைவிட உயரமானவர்கள் உண்டு
தூய்மையானவர்கள், உன்னைவிட
தூய்மையானவர்கள் உண்டு
அழகானவர்கள், உன்னைவிட அழகானவர்கள் உண்டு.

எனினும்
நீ ஒருத்திதான் அரசி.

தெருக்களைக் கடந்து நீ போகும்போது
எவரும் உன்னை அடையாளம் காண்பதில்லை
எவரும் உன் ஸ்படிகக் கிரீடத்தைக் கவனிப்பதில்லை
எவரும் நீ மிதித்து முன்னேறும் செம்பொன் கம்பளத்தைப்
பார்ப்பதில்லை.

எனினும்
நீ என் முன் தோன்றும்போது
என் உடலில் எல்லா நதிகளும் ஒலிக்கின்றன
மணிகள் ஆகாயத்தைக் குலுக்குகின்றன
வாழ்த்துப் பாடல் பூமியை நிறைக்கிறது.

நீயும்
நானும் மட்டுமே
நீயும் நானும் மட்டுமே, என் அன்பே
அதைக் கவனிக்கிறோம்.

குயவன்

உனது முழு உடலும்
எனக்கென்றே விதிக்கப்பட்ட
மதுக்குவளையை அல்லது
மெல்லிய இனிமையைத் தாங்கியிருக்கிறது.

எனது கைகளைப் படரவிடும் ஒவ்வொரு இடத்திலும்
எனக்கென்றே காத்திருக்கும் ஒரு புறாவை உணர்கிறேன்.
என் அன்பே,
எனது அந்தரங்கக் குயவனின் கைகள்
களிமண்ணால் உன்னை வனைந்ததுபோல,

உனது கால்கள், உனது முலைகள், உனது இடை
எதுவும்
தாகிக்கும் பூமியின் வெற்றுவெளியில்
வடிவமிழந்ததுபோல என்னுள் இல்லை.
ஆனால்,
ஒன்றிணைந்த நாமோ
ஒரு நதிபோல
ஒரு மணல் துகள்போல முழுமையானவர்கள்.

மலையும் நதியும்

எனது நாட்டில் ஒரு மலையிருக்கிறது
எனது நாட்டில் ஒரு நதியிருக்கிறது
என்னுடன் வா.

இரவு
மலையேறி மேலே போகிறது
பசி
நதியிறங்கிக் கீழே போகிறது
என்னுடன் வா.

துன்பப்படுபவர்கள் யார்?
நான் அறியேன் எனினும் அவர்கள் என் மக்கள்
என்னுடன் வா.

நான் அறியேன்; எனினும் அவர்கள் என்னைச் சந்திக்கிறார்கள்
என்னிடம் சொல்கிறார்கள் "துன்பப்படுகிறோம் நாங்கள்"
என்னுடன் வா.

அவர்கள் என்னிடம் சொல்கிறார்கள்
உன் மக்கள், உனது அதிர்ஷ்டமில்லாத மக்கள்
மலைக்கும் நதிக்கும் இடையில்
பசியுடனும் துயரத்துடனும்
தனித்துப் போராட விரும்பவில்லை,
நண்பா, அவர்கள் உனக்காகக் காத்திருக்கிறார்கள்

என் அன்பே, செந்நிறக் கோதுமையே,
கடினமானது போராட்டம்
கடினமானது வாழ்க்கை
எனினும்
என்னுடன் நீ வருவாய்

மகிழ்ச்சியற்ற ஒருத்தி

வாசற்கதவருகே அவளைக் காத்திருக்க விட்டுவிட்டு
நான் விலகி விலகிப் போனேன்.

அவளுக்குத் தெரியாது
நான் திரும்பி வரமாட்டேனென்று.

ஒரு நாய் கடந்துபோனது
ஒரு கன்னியாஸ்திரி கடந்துபோனாள்
ஒரு வாரமும்
ஒரு வருடமும் கடந்துபோனது.

மழை எனது காலடிச்சுவடுகளைக் கழுவியது
தெருக்களில் புல் வளர்ந்தது
ஒன்றன்பின் ஒன்றாக
தொடர்ச்சியாக
கற்களைப்போல
வருடங்கள் அவள் தலைமேல் வந்து விழுந்தன.

ஆனால்
அந்தப் பெண் இறக்கவில்லை.

சமவெளி முழுவதும் பற்றியெரிந்தது
நூற்றாண்டுகளாகத் தவமிருந்த
மென்மையான மஞ்சள் கடவுளர்
ஆலயங்களிலிருந்து துண்டுதுண்டுகளாகச் தூக்கிவீசப்பட்டனர்...
இனி அவர்களால் கனவுகாண முடியாது.

அந்த இனிய வீடுகள்
நான் ஊஞ்சலில் படுத்துறங்கிய அந்த முற்றம்
ரோஜாநிறச் செடிகள்
பரந்த கைகள்போன்ற இலைகள்
புகைபோக்கிகள்
எல்லாம் நொறுக்கப்பட்டன, புதையுண்டன.

அந்த நகரத்தில் மிஞ்சியிருந்தவை
கொள்ளிக் கட்டைகள்,
முறுக்கிய இரும்புக் கம்பிகள்,
இறந்த சிலைகளின் அவலட்சணமான தலைகள்,
இரத்தத்தின் கறுத்த கறை.

அந்தப் பெண் காத்துக்கொண்டிருக்கிறாள்.

கடலின் கிழவிகள்

கழுத்தைச் சுற்றி முடிச்சிட்ட சால்வைகளுடன்
வெடித்து நொறுங்கிய பாதங்களுடன்
ஆழ்ந்த கடலுக்கு அந்தக் கிழவிகள் வருகின்றனர்.

விழிகளையோ தலைகளையோ அசைக்காமல்
மேகங்களையோ மௌனத்தையோ கலைக்காமல்
தனியாகக் கரையில் உட்காருகிறார்கள்.

ஆபாசக்கடல் உடைகிறது... கவ்வுகிறது...
எக்காளமிட்டுச் சரிகிறது...
அதன் எருதுத் தாடியை உலுக்குகிறது.

மென்மையான கிழவிகள்
ஒரு மூடப்படாத படகில்போல உட்கார்ந்திருக்கிறார்கள்.
தீவிரவாதி அலைகளைப் பார்க்கிறார்கள்.

அவர்கள் எங்கே போவார்கள்? எங்கே இருந்தார்கள்?
ஒவ்வொரு மூலையிலிருந்தும் அவர்கள் வந்தார்கள்
நமது வாழ்க்கையிலிருந்து அவர்கள் வந்தார்கள்.

இப்போது அவர்களுக்குக் கடல் இருக்கிறது
குளிர்ந்து கனன்றெரியும் வெறுமை
ஜுவாலைகள் நிறைந்த தனிமை.

சுகந்தமாகவிருந்த வீடுகளிலிருந்தும்
வெந்துதணிந்த மாலை நேரங்களிலிருந்தும்
எல்லா இறந்த காலங்களிலிருந்தும் அவர்கள் வந்தார்கள்.

அவர்கள் கடலைப் பார்க்கிறார்கள் பாராமலுமிருக்கிறார்கள்
ஊன்றுகோல்களால் மணலில் அடையாளமிடுகிறார்கள்
ஆனால்
அவர்களது எழுத்துக்களை அழிக்கிறது கடல்.

வெடிப்புள்ள பறவைப் பாதங்களுடன்
அந்தக் கிழவிகள் எழுந்து போகிறார்கள்
அலைகள் பொங்கி
நிர்வாணமாகப் பயணம் செய்கின்றன காற்றில்...

செஸார் வயெஹோவுக்கு ஒரு பாடல்

வயெஹோ,
உனது முகத்திலுள்ள கல்லை
அதன் வறண்ட மலைத்தொடர் சுருக்கங்களை
என் பாடலில் நினைவுகூர்கிறேன்.
உனது தளர்ந்த உடலுக்கு மேலிருந்த
பரந்த நெற்றியை
புதிதாக அகழ்ந்தெடுக்கப்பட்ட உன் கண்களின்
இருண்ட அந்திவெளிச்சத்தை நினைவுகூர்கிறேன்.
அந்த நாட்கள்
கரடுமுரடானவை
செங்குத்தானவை
ஒவ்வொரு மணிநேரமும்
வெவ்வேறு அமிலங்களைக் கொண்டிருந்தன.
அல்லது
விரோதமென்மை கொண்டிருந்தன
வாழ்க்கையின் திறவுகோல்கள்
தெருவின் வெளிச்சப்புழுதியில் நடுங்கின.
பூமிக்கடியிலிருந்தோ
வெட்டுப்பட்ட மலைகளின் உச்சியிலிருந்தோ
ஒரு நிதானமான பயணத்திலிருந்து
நீ திரும்பினாய்.
நான் கதவுகளைத் தட்டிக்கொண்டிருந்தேன்
சுவர்களைத் திறக்கச் செய்துகொண்டிருந்தேன்
சாலைகளைச் சுருளச் செய்துகொண்டிருந்தேன்

அப்போதுதான்
வல்பரைசோவிலிருந்து மார்சேலுக்கு ஏற்றுமதியானேன்,
வாசனையுள்ள எலுமிச்சம்பழம்போல
குளிர்மஞ்சள் அரைக்கோளங்களாக
பூமி துண்டுபோட்டுப் பிளக்கப்பட்டது,
நீ அங்கேயே இருந்தாய்
உனது வாழ்க்கைக்கோ
உனது மரணத்துக்கோ பொருளாகாமல்,

மணல்சரியும் கடிகாரத்தில்
உன்னை அளந்துகொண்டும்
உன்னைக் காலியாக்கிக்கொண்டுமிருந்தாய்,
காற்றிலும்
புகையிலும்
குளிர்காலத்தின் சிதைந்த சந்தங்களிலுமிருந்தாய்.

பாரீஸில்
அடித்து வீழ்த்தப்பட்ட ஏழைகளின் தங்குமிடங்களில்
வசித்துக்கொண்டிருந்தாய்.
ஸ்பெயின் ரத்தம் சிந்திக்கொண்டிருந்தது.
நாம் சென்றோம்.
அப்போது
நீ மீண்டும் புகையில் வசித்தாய்.
எனவே திடீரென்று
நீ இல்லாமற்போனபோது
உனது எலும்புகளைத் தாங்கியது
தழும்புகளின் பூமியல்ல
ஆண்டீஸ் மலைக் கற்களல்ல
புகை
பாரீஸ் குளிர்காலத்தின் மூடுபனி.

இரண்டுமுறை நாடுகடத்தப்பட்டாய்,
என் சகோதரா,
பூமியிலிருந்தும் ஆகாயத்திலிருந்தும்
வாழ்க்கையிலிருந்தும் மரணத்திலிருந்தும் நாடுகடத்தப்பட்டாய்.
பெருவிலிருந்தும்
உனது நதிகளிலிருந்தும் நாடுகடத்தப்பட்டாய்
உனது கனத்த மண்ணிலிருந்து இல்லாமற்போனாய்.
வாழ்க்கையில் உன்னை
ஒருபோதும் இழநததில்லை நான்.
நானும் இறந்தவன்தான்.

பூமியின் ஒவ்வொரு துளியிலும்
உன்னைக் காத்திருக்கிறேன்
மஞ்சள் நிறம் உன் முகம்
பாறை போன்றது உன் முகம்

பழைய ஆபரணங்களாலும்
உடைந்த குவளைகளாலும் நிறைந்திருக்கிறாய் நீ.
புராதன நடைபாதைகளில் ஏறுகிறேன்
தங்கநூல் வலைகளில்
காணாமற்போயிருக்கலாம் நீ.
ஆமைகளால் மூடப்பட்டிருக்கலாம்.
அல்லது
உனது சொந்த நகரத்திலேயே
உனது சொந்த இனத்திற்குள்ளேயே
மௌனமாக இருந்திருக்கலாம்.
தானியச் சோளம் தனது விதையின் கொடியை உயர்த்துகிறது.
இப்போது நீ
இடம்பெயர்ந்துகொண்டிருக்கலாம்
பயணத்தின் முடிவுக்குத் திரும்பிக்கொண்டிருக்கலாம்.
ஆகவே
உனது தாயகத்தின் மையத்தில்
போராடுபவனாகவும்
உனது பளிங்கின் பளிங்காகவும்
உனது நெருப்பின் நெருப்பாகவும்
சிவப்புக்கல்லின் ஒளிக்கீற்றாகவும்
உயிரோடு ஒருநாள் காணப்படலாம் நீ.

உடைகளுக்கு ஒரு பாடல்

உடைகளே!
நாள்தோறும் காலையில்
நாற்காலி மீது
நீங்கள் காத்திருக்கிறீர்கள்,
எனது கர்வம்,
எனது அன்பு,
எனது நம்பிக்கை, எனது உடல்
உங்களை நிறைப்பதற்காக.

தூக்கத்திலிருந்து விழித்தவுடனே
தண்ணீருக்கு விடைதந்து
நான் உங்கள் கையுறைகளில் நுழைகிறேன்
எனது கால்கள் உங்களது
வெற்றிடத்தைத் தேடுகின்றன.
அவ்வாறாக
உங்களுடைய சலிப்பற்ற விசுவாசத்தால் தழுவப்பட்டு
வெளியேறுகிறேன்
வைக்கோலை மிதித்து நடக்கிறேன்
கவிதை நோக்கிப் போகிறேன்
ஜன்னல் வழியே
பொருட்களை, ஆண்களை, பெண்களைப்
பார்க்கிறேன்.
செயல்களும் போராட்டங்களும்
என்னை நானாக்குகின்றன.

என்னை எதிர்க்கின்றன
எனது கைகளை ஈடுபடுத்திக்கொண்டு
எனது கண்களை நிரப்புகின்றன
அவ்வாறாக
உங்கள் கைகளில் நுழைந்து
உங்கள் தையல்களைப் பிதுங்கச் செய்து
உடைகளே
நான் உங்களை நீங்களாக்குகிறேன்.

எனவே உங்கள் வாழ்க்கை
என் வாழக்கையின் சாயலை மேன்மையாக்குகிறது.
நீங்களே என் ஆன்மாபோல
அலை புரண்டு
காற்றில் எதிரொலிக்கிறீர்கள்.
மோசமான கணங்களில்
எனது வெறும் எலும்புகளில்
தொற்றிக்கொள்கிறீர்கள்
இரவில்
இருளும் தூண்டப்படும் ஒளியும்
நமது சிறகுகளில்
பேய்த் தோற்றங்களைக் குடியேற்றுகின்றன.
நான் கேட்கிறேன்:
ஒரு நாள்
எதிரியின் துப்பாக்கிக் குண்டு
உங்களை எனது இரத்தத்தால் கறைப்படுத்துமோ?
எனில்
நீங்களும் என்னோடு இறந்து போவீர்கள்.
அல்லது ஒருவேளை
அவ்வளவு நாடகத்தனமாய் இராது.
என்னோடு, என் உடலோடு
மெல்ல மெல்ல
நீங்களும் நோயுறலாம்
ஒன்றாக
மண்ணுள் புதையலாம்.
இந்த நினைவுடன்

ஒவ்வொரு நாளும்
உங்களை மரியாதையுடன் வாழ்த்துகிறேன்.
அப்போது
நீங்கள் என்னைத் தழுவுகிறீர்கள்.
நான் உங்களை மறக்கிறேன்.
ஏனெனில் நாமிருவரும் ஒன்று.

இரவில்
காற்றையும், தெருக்களையும்
அல்லது போராட்டங்களையும்

நாம் ஒன்றாக
ஒரே உடலாக
எதிர்கொண்டேயிருப்போம்
ஒருவேளை, ஒரு வேளை, ஒரு நாள் கவனமற்று.

உப்புக்கொரு பாடல்

சீசாவிலிருக்கும் இந்த உப்பை
ஒருமுறை உப்பளத்தில் பார்த்திருக்கிறேன் நான்.
நீங்கள் நம்பமாட்டீர்களென்று எனக்குத் தெரியும்;
ஆனால் அது பாடுகிறது
உப்பு பாடுகிறது
மண்திணிந்து திணறும் வாயால் உப்பளம் பாடுகிறது.

பாலைவனங்களில் எனது தனிமைகளில்
உப்பின் குரல் கேட்டு நடுங்கியிருக்கிறேன்.
ஆண்டோஃபகாஸ்தாவுக்கு அருகில்
கந்தகச் சமவெளி எதிரொலிக்கிறது -
உடைந்த குரலில் ஒரு சோகப் பாடலை.

உப்பு அதன் சுரங்கங்களில் முனகுகிறது
அது
புதைக்கப்பட்ட ஒளியின் மலை
பிரகாசத்தின் தேவாலயம்
கடலின் ஸ்படிகம்
அலைகளின் மறதி.

அன்று முதல்
உலகில் எல்லா மேசைகள் மேலும்
உப்பே, உனது கரிப்புத்தூள்
எங்கள் உணவு மீது
உயிரொளி தூவுவதைப் பார்க்கிறோம்

உப்பே,
புராதனக் கப்பல்களில் கிடங்குக் காவலன்
கொந்தளிக்கும் கடல்களின் கண்டுபிடிப்பாளன்
கடல் நுரையின் அறியப்படாத அலைக்கழியும் வழிகளில்
முதல் பயணி.

கடலின் துகளே,
இரவு சமுத்திரத்தின் முத்தத்தை
உன்னிடமிருந்து பெறுகிறது நாக்கு

ஒவ்வொரு உணவு ருசியும்
உனது சமுத்திர சாரத்தை இனங்காட்டுகிறது.

உப்பு சீசாவுக்குள்ளிருந்து எழும் சின்னஞ்சிறு அலை
உங்கள் ருசியில் வெளிப்படுத்துவது
உப்பின் இயல்பான வெண்மையை மட்டுமல்ல...
முடிவின்மையையும்தான்.

தக்காளிப்பழங்களுக்கு ஒரு பாடல்

தக்காளிப்பழங்களில்
மூழ்குகிறது தெரு
நடுப்பகல்
கோடை
வெளிச்சம்
ஒரு தக்காளிப்பழம்போல
துண்டாகப் பிளக்கிறது
அதன் சாறு
தெருக்களில் ஓடுகிறது.

டிசம்பரில்
செடிகளைப் பிரியும் தக்காளிகள்
சமையலறைக்குள்
ஊடுருவுகின்றன.
கண்ணாடி தம்ளர்களுக்கும்
எண்ணெய்க் கிண்ணங்களுக்கும்
நீலநிற உப்பு சீசாக்களுக்குமிடையில்
மேஜைமேல் இளைப்பாறுகின்றன.

அதற்கு
அதற்கேயுரிய பிரகாசம்
காருண்ய மகத்துவம்.
துரதிருஷ்டவசமாக
நாம் அதைக் கொல்லவேண்டும்
அதன்
உயிருள்ள சதையில்
சிவந்த குடலுக்குள்
ஒரு கத்தி
ஆழ்ந்து இறங்குகிறது.
ஒரு குளிர்ந்த
அடர்ந்த
அபாரமான வெயில்
சிலியின்

காய்கறித் துண்டுகளில்
கவிந்து ஒழுகுகிறது.
மகிழ்ச்சியுடன்
தூய வெங்காயத்துடன்
படுத்துக்கொள்கிறது.
அந்தக் கூடலைக் கொண்டாட
ஆலிவ் மரத்தின்
சாரமான
எண்ணெயை வார்க்கிறோம் நாம்.
அதன்
அரைக்கோளங்களில்
மிளகு
வாசனை சேர்க்கிறது
உப்பு
காந்தசக்தியைச் சேர்க்கிறது
அன்றைய திருமணம்;
கொத்தமல்லி கர்வத்துடன் கொடியேற்றுகிறது
உருளைக்கிழங்குகள் வெந்து துள்ளுகின்றன
தாளிப்பு
நறுமணத்தால் கதவைத் தட்டுகிறது
நேரமாயிற்று
போவோம் வாருங்கள்

மேஜைமேல்
கோடையின் ஒட்டியாணமணிந்த தக்காளிகள்
அவை
பூமியின் நட்சத்திரங்கள்.
பல்கிப்பெருகும் நட்சத்திரங்கள்
அவற்றின்
சுழல்களும் ஆழங்களும் நிறைவுகளும்
எலும்போ ஓடோ செதில்களோ முட்களோயில்லாத
பெரும் திருப்தியைத் தருகின்றன நமக்கு.
ஒளிரும் வண்ணங்களின் திருவிழா
எல்லாவற்றையும் தழுவும் புத்துணர்வின்
பெரும் திருவிழா இது.

பூனைக்கு ஒரு பாடல்

விலங்குகள் அபூர்ணமானவையாக இருந்தன
நீண்ட வால்
துக்கம் நிரம்பிய தலை
மெல்லமெல்ல அவை ஒத்துவந்தன
நிலக்காட்சிகளை உருவாக்கின
இடங்களை
அழகை
பயணத்தைப் பெற்றன.

பூனை
பூனை மட்டுமே
முழு கம்பீரத்துடன் தோன்றியது
முழு வடிவில் பிறந்தது
தானாக நடந்தது
தனக்கு என்னவேண்டுமென்று அறிந்தது.

மனிதன்
மீனோ பறவையோ ஆகவிரும்புகிறான்
பாம்பு
சிறகுகள் வேண்டுமென்று விரும்புகிறது
நாய்
சிங்கத்தை இடம்பெயர்க்கிறது
பொறியியலாளன் கவிஞனாக விரும்புகிறான்
தூக்கணாங்குருவியாக மாறுவதெப்படி
என்று கற்றுக்கொள்கிறது
கவிஞன்
ஈக்களை நகலெடுக்க முயல்கிறான்
ஆனால்
பூனை
பூனையாக மட்டுமே இருக்க விரும்புகிறது.
மீசை முதல் வால் வரை
முன்னுணர்வு முதல் உயிருள்ள எலி வரை
இரவு முதல் பொன்னிறக் கண்கள் வரை

ஒவ்வொரு பூனையும்
பூனைமட்டுமே.

அதன் முழுமை வேற எதற்குமில்லை
நிலவுக்கோ
பூக்களுக்கோ அதன் வடிவமில்லை
சூரியனைப்போல
அல்லது
பவழத்தைப்போல
பூனை முழுமையானது
அதன்
வில் வளைவு
கப்பலின் முகப்புப்போல திடமானது திட்டமானது.
அதன்
மஞ்சள்விழிகள்
இரவின் நாணயங்கள் விழ
ஒரு துவாரத்தை மட்டும் நெகிழ்த்துகின்றன.

சாம்ராஜ்ஜியமில்லாத
தேசங்களில்லாத குட்டிச் சக்ரவர்த்தியே!
ஒப்பனைக்கூடத்தில் சின்னப்புலியே,
வசீகரமான மேற்கூரைகளின் சொர்க்கத்தின் கல்தானே,
தரைமேல் மென்மையான நான்கு பாதங்கள் பதித்து

கொடும் வெப்பநிலையில் நீ கடந்துபோகும்போது
காதலின் காற்று வீசுவதாக உரிமை பாராட்டுகிறாய்,
ஒரு பூனையின் புனிதப் பாதங்களுக்கு
சகலமும் அசுத்தம் என்பதுபோல
முழுப் பிரபஞ்சத்தையும் சந்தேகித்து
முகர்ந்துகொண்டு நடக்கிறாய்.

வீட்டின் கர்வ சுதந்திரமே,
இரவின் அகங்கார மிச்சமே,
சோம்பல், விளையாட்டு, அந்நியம்
எல்லாவற்றின் முழுமையான பூனையே
நைந்தகொடி பறக்கும் வீட்டின் ரகசியக் காவலனே,
உனது இயல்பில்
நிச்சயம் புதிரில்லை,

மர்மமுமில்லை.
எல்லா உலகத்துக்கும் உன்னைத் தெரியும்.
குறைந்தபட்ச மர்மமுள்ள வீட்டுக்காரர்களின் சொந்தம் நீ.
ஒருவேளை
அவர்கள் தங்களை
பூனைகளின் உரிமையாளர்களாகவோ
எஜமானர்களாகவோ மாமன்களாகவோ
உணரலாம்;
பூனைகளின் தோழர்களாகவோ
சகபாடிகளாகவோ மாணவர்களாகவோ
நண்பர்களாகவோ உணரலாம்.

எனக்குத் தெரியாது
நான் வாங்கவில்லை
எனக்குப் பூனைகளைப் புரியவில்லை.
எனக்குத் தெரிந்ததெல்லாம் இவைதான்;
வாழ்க்கை
அதன் தீவுகள்
கடல்
அளக்க முடியாத நகரம்
மகரந்தசேகரத்தின் தாவரவியல்
கணிதத்தின் கூட்டல் கழித்தல்
பூமியின் எரிமலைக் கூம்புகள்
முதலையின் பொய்த்தோல்
தீயணைப்பு வீரனின் அறிய முடியாத நன்மை
எனினும்
ஒரு பூனையை விவரிக்க என்னால் முடியாது.
அதன் அலட்சியத்தாலோ
அதன் விழிகளில் பொன்னிற எண்கள் இருப்பதாலோ
நழுவிப்போகிறது என் புரிதல்.

நிர்வாண அழகிக்கு ஒரு பாடல்

பரிசுத்தமான இதயத்துடனும்
களங்கமற்ற கண்களுடனும்
என் அழகே,
உன்னைப் போற்றுகிறேன்.
என் ரத்தத்தைக் கட்டுப்படுத்துகிறேன்
அதனால்
அலைபுரளும் உன் வடிவதைத் தொடர்கிறேன்
பூமியின் சுகந்தமுள்ள வனத்திலோ
கடலின் ஓசையுள்ள நுரையிலோ படுப்பதுபோல
என் கவிதையில் நீ கிடந்துகொள்ளலாம்.

நிர்வாண அழகியே!
ஒலி அல்லது காற்றின் புராதனத் தொடுகையால்
வளைகிற உன் கால்கள்
அமெரிக்கக் கடல்களின் பேரொளியில் பிறந்த
சுருள்சிப்பிகள் போன்ற உன் காதுகள்
உயிரொளியுடன் ததும்பும்
சமநிறையுள்ள உன் முலைகள்
கண்களின் இரட்டை நிலக்காட்சிகளை
வெளிப்படுத்தவோ மறைக்கவோசெய்யும்
சோளப்பட்டு போன்ற உன் இமைகள்
நிர்வாணத்தில் அழகு எது?

உனது முதுகுவிளிம்பு
வெளிப்பிரதேசத்திலிருந்து உன்னைப் பிரிக்கிறது
ஆப்பிளின் அரைக்கோளங்களாகித் ததும்புகிறது
உனது உடலின் கோட்டுருவம்
உனது அழகை
காய்ச்சிய பொன்னின் இரு தூண்கள் போலவோ
தூய வெள்ளைக்கல் தூண்கள் போலவோ
பிரித்துக்கொண்டிருக்கிறது
உனது பாதத்தில் இணைக்கிறது
அதிலிருந்து

உனது உடற்பொருத்தமுள்ள இரட்டைமரம்
மீண்டும் உயர்கிறது: அனல் கொள்கிறது.
நெருப்பு மலராக
மெழுகுவர்த்திகளின் திறந்த வளையமாக
பூமியும் கடலும் சந்திக்கும்போது
முதிர்ந்த கனியாக உயர்கிறது.

எதிலிருந்து தொகுக்கப்பட்டது உன் உடல்?
வைடூரியத்திலிருந்தா
ஸ்படிகத்திலிருந்தா
கோதுமை மடல்களிலிருந்தா?

இளம் சூட்டில் அப்பம்போல உருவாக்கப்பட்டதா?
வெள்ளி படர்ந்த குன்றுகளின் சமிக்ஞையிலிருந்தா?
ஒற்றை மலரிதழின் பள்ளத்தாக்கிலிருந்தா?
சூரியகாந்தி ஆழத்தின் இனிமையிலிருந்தா?
தூய, நேர்த்தியான பெண்வடிவம்
அங்குதான் உருவாகிக் காத்திருந்ததா?

உனது உடல் விரிந்து
திணறச்செய்யும் பிரகாசமான பனித்துகளை
உன்னிலிருந்து கொட்டுகிறது,
உனக்குள்ளே நீ எரிந்துகொண்டிருந்ததுபோல...
பூமி மீது அத்தனை வெளிச்சம் விழுவதேயில்லை.

உனது சருமத்துக்கு கீழே உயிரோடிருக்கிறது நிலவு.

துக்கத்தை விட...

துக்கத்தைவிட விசாலமான வெளி இல்லை
இரத்தம் கசியும் இதைவிடப் பரந்த பிரபஞ்சமில்லை.

எத்தனை காலம்?

ஒரு மனிதன் எத்தனை காலம் வாழ்வான்?
ஓராயிரம் நாட்களா அல்லது ஒரேயொரு நாளா?
ஒரு வாரமா அல்லது அநேக நூற்றாண்டுகளா?
எத்தனை காலம் ஒரு மனிதன் மரணத்தில் கழிப்பான்?
என்றென்றும் என்பதன் பொருளென்ன?

குழப்பங்களில் இழந்த என்னை
தெளிவுபடுத்த ஆயத்தமானேன்.

அறிவார்ந்த பாதிரிகளைத் தேடிப்போனேன்
அவர்களின் சடங்குகள் முடியக் காத்திருந்தேன்
கடவுளையும் சாத்தானையும் தேடி
அவர்கள் போவதையும் கவனித்தேன்.

என் கேள்விகளால் எரிச்சலுற்றனர் அவர்கள்
அவர்களுக்குத் தெரிந்ததும் சொற்பம்
அவர்கள் வெறும் நிர்வாகிகள் தவிர வேறல்ல.

மயக்க மருந்தில் ஊசி தினந்தோறும் பரபரப்பாகிற
மருத்துவர்கள் ஆலோசனைக்கிடையில்
ஒவ்வொரு கையிலும் அறுவைக் கத்திகளுடன்
என்னை வரவேற்றார்கள்
அவர்கள் பேச்சில் பிரச்சினை பற்றிச் சொல்ல
என்னால் முடிவது இவ்வாறு:
நுண்ணுயிரின் மரணம் அதிகமல்ல
அவை மொத்தமாகச் சாகும்
தப்பிப் பிழைக்கிற சில வக்கிரம் காட்டும்.
என்னைக் குழப்பினர் அவர்கள்
எனவே சவக்குழி தோண்டுபவர்களைத் தேடிப்போனேன்
தாராளமாக வண்ணம் பூசிய சடலங்களை
சின்ன எலும்பு உடல்களை
கொடூர சாபநெடி வீசும் மாமன்னர்களை
கொள்ளைநோய் அலையால் முகர்ந்து எறியப்பட்ட பெண்களை
அவர்கள் தகிக்கும்

ஆற்றங்கரைகளைத் தேடிப்போனேன்.

அங்கேயிருந்தவை
மரணத்தின் கரைகளும் சாம்பல்படர்ந்த நிபுணர்களும்.

சந்தர்ப்பம் கிடைத்ததும் கேள்விகள் கேட்டேன்
என்னை எரிப்பார்கள் போல.
அவர்களுக்குத் தெரிந்தது அதுமட்டுந்தான்.

என் சொந்த நாட்டில்
போதைக்கிடையில் வெட்டியான்கள் சொன்னார்கள்:
'நல்ல பெண்ணைக் கட்டிக்கொண்டு இந்த
அசட்டுத்தனத்தைக் கைவிடு'

மனிதர்களை அத்தனை குதூகலமாகப் பார்த்ததில்லை நான்.

ஆரோக்கியத்துக்கும் கடவுளுக்கும் வாழ்த்துச்சொல்லி
கோப்பைகள் உயர்த்திப் பாடினார்கள்
அந்த விபசாரகர்கள்.

உலகத்தைக் கடந்து வயதேறியவனாக
வீடு திரும்பினேன்

இப்போதெல்லாம் யாரையும் நான் கேள்வி கேட்பதில்லை.
எனினும்
ஒவ்வொரு நாளும் சிறிதுசிறிதாய்க் கற்றுக்கொள்கிறேன்.

ஏராளமான பெயர்கள்

திங்கட் கிழமைகள் செவ்வாய்க் கிழமைகளுடன்
பின்னப்பட்டிருக்கின்றன,
வாரமோ முழு வருடத்துடன்.
உங்களுடைய சோர்ந்துபோன கத்தரிக்கோலால்
காலத்தை வெட்ட முடியாது.
பகலின் பெயர்கள் யாவும்
இரவின் பிரவாகத்தால் அழிக்கப்படுகின்றன.

பெத்ரோ என்ற பெயருக்கு யாரும் உரிமை கோர முடியாது.
ஒரு நபரும் ரோஸா அல்ல - மரியமும் அல்ல.
நாம் எல்லோரும் புழுதி அல்லது மணல்.
நாம் எல்லோரும் மழைக்குக் கீழ் மழை.
அவர்கள் என்னிடம் வெனிசுவேலாக்கள் பற்றிப் பேசுகிறார்கள்.
சிலிகள் பற்றியும், பராகுவேக்களைப் பற்றியும்,
அவர்கள் சொல்வதைப் பற்றி எதுவும் தெரியாது எனக்கு
இந்தப் பூமியின் சருமம் மட்டுமே எனக்குத் தெரிந்தது.
எனக்குத் தெரிந்து - அதற்குப் பெயர் எதுவும் இல்லை.
வேர்களுக்கிடையில் வாழ்ந்திருந்தபோது
அவை பூக்களை விட மகிழ்வித்தன என்னை.
ஒரு கல்லுடன் பேசியபோதோ
அது ஒரு மணியாக ஒலித்தது.

குளிர்காலம் முழுவதும் தொடரும்
இந்த வசந்தம் மிக நீண்டது.
காலம் தன் காலனிகளைத் தொலைத்துவிட்டது.
ஒரு வருடம் நீள்கிறது நான்கு நூற்றாண்டுகளாய்.

ஒவ்வொரு இரவும் உறங்கும்போது, நான்
என்னவென்று அழைக்கப்படுகிறேன் அல்லது
அழைக்கப்படாமலிருக்கிறேன்?
உறங்கும்போது நான் நானல்ல எனில்
விழித்தெழுந்த பிறகு நான் யார்?

நாம் பிறந்தது போலவே வாழ்க்கையை வந்தடைகிறோம்
நமது வாயை நிறைத்துக் கொள்ளாமலிருப்போம்...
இவ்வளவு திணறச் செய்யும் பெயர்களால்,
இவ்வளவு துக்ககரமான சம்பிரதாயங்களால்
இவ்வளவு ஆடம்பர எழுத்துக்களால்,
இவ்வளவு உனது எனதுகளால்,
இவ்வளவு நிறையக் காகிதக் கையப்பங்களால்.

குளிர்கால ஒப்பந்தம்

மெட்டில்டே உருஷியா,
எனக்குள்ளதையும் இல்லாததையும்
நானாக இருந்ததையும் நானல்லாமலிருந்ததையும்
இங்கே உனக்காக விட்டுப்போகிறேன்.
என் அன்பு
உனது கைகளைவிட்டிறங்க மனமில்லாத ஒரு குழந்தை
அதை
என்றென்றைக்குமாக உன்னிடம் ஒப்படைக்கிறேன்
நீயே எனக்கானவள்.

நீயே எனக்கானவள்
தென் திசையிலுள்ள மெல்லிய மரங்களைவிட
ஆகஸ்டு மாத ஹேசல் மரங்களைவிட
காற்றால் அதிகம் பதப்படுத்தப்பட்டவள்.
எனக்கு நீ ருசியானவள்
மகத்தான இனிப்பகம்போல.
உனது இதயம் பூமியால் உருவானது
ஆனால், உனது கைகள் சொர்க்கத்தில் உருவானவை.

நீ சிவப்பானவள்; உறைப்பானவள்
நீ வெண்மையானவள்; வெங்காய ஊறுகாய்போலக் கரிப்பானவள்
மனித ஸ்வரம் ஒவ்வொன்றிலும் சிரிக்கும் பியானோ நீ
உனது இமைகளிலிருந்தும் கூந்தலிலிருந்தும்
என்மேல் கவிகிறது இசை.

உனது பொன்னிற நிழலில் புரள்கிறேன் நான்.
ஆழ்நீர்ப் பவழப்புற்றுக்களில்
முன்பே நான் பார்த்திருந்ததுபோன்ற
உன் காதுகளால் பரவசமாகிறேன்
உனது நகங்களைப் பெற
கடலில் மீன்களோடு போராடினேன்.

உனது விழிகள் தெற்கிலிருந்து தெற்காக விரிகிறது
உனது புன்னகை கிழக்கிலிருந்து மேற்காகப் படர்கிறது

உனது பாதங்கள் காணக்கிடைக்காதவை
உனது கூந்தலில் விடிவதில் குதூகலிக்கிறது சூரியன்
என்னுடல் போலவே
உன் உடலும் முகமும்
இறுகிய பிரதேசத்தில் உருவானவை
மழையில் நீராடிய சடங்குகளிலிருந்து
புராதன பூமியிலிருந்து
பலிபீடங்களிலிருந்து உருவானவை.
இரத்தம்படிந்த நமது மண்ணிலெங்கும்
பியோ-பியோ நதி பாடுகிறது.
கானகத்திலிருந்து
ஒவ்வொரு ரகசிய சுகந்தத்தையும் நீ எடுத்துவந்தாய்
உனது பக்கவாட்டுத் தோற்றத்தின் ஒளிர்வு
இழந்துபோன அம்புபோன்றது
முதிர்ந்த படைவீரனின் பதக்கம்போன்றது.
ஆதிமொழியாலும் அன்பாலும்
நீ என்னை வென்றாய்.
ஏனெனில்
உனது வாய்
புராதன வாசகங்களைக் கொண்டுவந்தது
வேறொரு காலத்திலிருந்து
கானகச் சந்திப்புகளைக் கொண்டுவந்தது
இருண்ட பரம்பரை முரசுகளைக் கொண்டுவந்தது
தொலைதூரத்தில் அவை தெளிவற்று முழங்குவதை
திடீரென்று கேட்டேன்.
புராதன கொடிப்புதர்களை நெருங்கினேன்.
அன்பான காதலியே, எனது அரவ்கானா,
உனது வாயில் என் இரத்தத்தைப் பதித்தேன்.
உனக்காக நான் எதை விட்டுப்போவேன்
மெட்டில்டே உருஷியா,
கருகும் இலைகளின் மணமும்
'நாவற்பழங்களின் வாசனையும்
உனது ஸ்பரிசத்திலேயே இருக்கின்றன.
கோக்குவெனஸ் கடலின் அரைவெளிச்சமும்
சிலியின் பூங்கொடிகளின் சுகந்தமும்
உனது பரந்த முலைகளுக்கிடையிலேயே இருக்கின்றன.

இது கடற்குளிரின் உச்சகாலம்
மூடுபனியின் உச்சகட்டம்
மறைவிடங்களின் உச்சகட்டம்
பூமி மல்லாந்துபடுத்து மூச்சுவாங்குகிறது
இலைகள் மாதக்கணக்காக உதிர்கின்றன
நீயோ
எனது தெளிவற்ற கையெழுத்திலிருந்து
பூச்சிகளையும் சிலந்திவலைகளையும் பச்சைப் பதிவுகளையும்
வாசித்தெடுக்க
ஆர்வத்துடனும் நிதானத்துடனும்
என் கவிதைமேல் சாய்ந்திருக்கிறாய்.
சிங்கம்போல மெல்ல நடப்பவளே,
உனது கைகளின் நேர்வழி இல்லாமற்போனால்
நான் எங்கே உலாவுவேன்?
மனமோ முடிவோ இல்லாமல்
நான் எங்கே உலாவுவேன்?
நெருப்பாலோ பனியாலோ உந்தப்பட்ட
எந்தத் தொலைதூரப் பேருந்தில் பயணம் போவேன்?

வேர்களில் இருளுள்ள கடற்குளிர் காலத்துக்காக
திராட்சை போன்ற மூடுபனிக்காக
வசீகரமான நாட்டுப்புறச் சூரியனுக்காக
உன்னிடம் கடமைப்பட்டவன் நான்.
துக்கங்கள் தம்மையே தொலைக்கும் மௌனவெளிக்காக
ஒளிரும் மகுடத்துடன் மகிழ்ச்சியில் நிமிரும் சமவெளிக்காக
உன்னிடம் கடமைப்பட்டவன் நான்.
தளையிடப்படாத எனது புறாவே,
கொண்டையுள்ள எனது காடையே,
எனது மலைக்குருவியே,
கோய்ஹியூ கோவிலுள்ள எனது உழத்தியே,
எல்லாவற்றுக்குமாக உன்னிடம் கடமைப்பட்டவன் நான்.

நாம் நாமாவது சிலநேரம் தடைபட்டால்
நமது வருகையும் போக்கும் நின்றுபோனால்
ஏழு புழுதிப்படலங்களுக்கடியில்
மரணத்தின் வறண்ட காலடியில்
அன்பே,

உற்சாகத்துடனும் புதிராகவும் நாம் ஒன்றாவோம்.
நமது வேறுபட்ட சிறகுகள்
நமது பெருமிதமான விழிகள்
ஒருபோதும் இணையாத நம் கால்கள்
ஒருபோதும் பதியப்படாத நம் முத்தங்கள்
எல்லாம் மீண்டும் ஒன்றாகும்.
ஆனால்,
இந்தக் கல்லறை நெருக்கத்தால் நமக்கென்ன நன்மை?
வாழ்க்கை நம்மைப் பிரிக்காமலிருப்பதாக.
மரணத்தைக் குறித்து யாருக்கென்ன கவலை!

கடற்கன்னியும் குடிகாரர்களும்

முழு நிர்வாணமாக அவள் நுழைந்தபோது
இந்தப் பயல்கள் எல்லாரும் உள்ளேயிருந்தார்கள்.
அவர்கள் குடித்துக்கொண்டிருந்தார்கள்;
அவள் மேல் உமிழத் தொடங்கினார்கள்.
அப்போதுதான் நதியிலிருந்து வந்தவளுக்கு
எதுவும் புரியவில்லை
வழிதவறிய கடற்கன்னி அவள்.

அவளது பளபளப்பான மேனி மீது
வசைகள் ஒழுகின
அவளது பொன்முலைகளை
ஆபாசங்கள் இறுக்கின.

கண்ணீருக்கு அந்நியள்; அவள் அழவில்லை
ஆடைகளுக்கு அந்நியள்; அவள் உடுத்தியிருக்கவில்லை.

சிகரெட் துண்டுகளாலும் கரிந்த தக்கைகளாலும்
அவளைப் பொசுக்கினர்
அடங்கிய சிரிப்புடன் மதுக்கூடத் தரையில்
அவளை உருட்டினர்.

அவள் பேசவேயில்லை; ஏனெனில்
பேச்சென்றால் என்னவென்று தெரியாது அவளுக்கு.
அவளது கண்களில் தொலைதூரக் காதலின் நிறம்
அவளது கைகள் புஷ்பராகம்
அவளது உதடுகள் ஓசையின்றிப் பவழ ஒளியில் அசைந்தன.

முடிவாக
கதவைத்தாண்டி வெளியே போனாள்.
நதியில் நுழைந்ததும் தூய்மையாக்கப்பட்டாள்
மழை கழுவிய வெள்ளைக்கல் போல
இன்னொருமுறை மிளிர்ந்தாள்
திரும்பிப் பார்க்காமல்

இன்னொருமுறை நீந்தினாள்
வெறுமையை நோக்கி நீந்தினாள்
அவளது
மரணத்துக்கு நீந்திப்போனாள்.

நகரத்துக்குத் திரும்பிப் போனபோது

அவர்களிடம் கேட்டேன் நான்;
நான் எங்கே வந்து சேர்ந்திருக்கிறேன்?
இந்த உயிரற்ற நகரத்தில் நான் யார்?

ஒரு காலத்தில் என்னை நேசித்திருந்த
பைத்தியகாரப் பெண்ணின் தெருவும் வீடும் காணவில்லை.
வளைந்த மரக்கிளைகளைப் பற்றியும்,
பசுமை போர்த்து குமுறிப் புரளும்
மழைக்காலத்தைப் பற்றியும்,
மண்ணை அரித்து ஓடும் தெருக்களின்
சிவந்த எச்சில்கள் பற்றியும்,
கனத்துத் தொங்கும் ஆகாயத்தைப் பற்றியும்
எதைப் பற்றியும் சந்தேகமில்லை
ஆனால்
எங்கே, எங்கே இருக்கிறேன் நான்?
இந்தச் சாம்பலைத் தவிர எதுவும் புரியவில்லை எனக்கு.
வெற்றிலை விற்பவன் ஏறிட்டுப் பார்க்கிறான் என்னை

ஆனால்
என்னுடைய செருப்புகளையும்
இப்போது உயிர்த்தெழுந்த முகத்தையும்
அவன் புரிந்துகொள்ளவில்லை.
அவனது பாட்டி
ஒருவேளை எனக்கு வந்தனம் தெரிவித்திருப்பாள்.
ஆனால் எனது பயணத்திற்கிடையில்
அவள் தேங்கிப் போனாள்
மரணத்தின் கிணற்றில் மூழகிப் போனாள்.

அதுபோன்ற ஒரு கட்டிடத்தில் கிடந்து
நான் உறங்கியிருக்கிறேன்:
பதினான்கு மாதங்கள் அதற்கிணையான வருடங்கள்.
எனது துயரக் கதைகளை எழுதிவைத்துவிட்டு
பகைமைக்குள் தொற்றி ஏறி
களங்கமற்றவனாகவே

இதோ கடந்துபோகிறேன் நான்.
அந்தக் கதவு அங்கே இல்லை.
தேவைக்கும் அதிக நேரம்
பெய்திருக்கிறது மழை.

நான் ஒருவனல்ல, பலர் என்று -
மறுபடி பிறப்பது எவ்வாறு என்று தெரியாமல்
நான் பலமுறை இறந்திருக்கிறேன் என்று -
இப்போது தெளிவாகிறது எனக்கு.
உடை மாற்றும் சுருக்கில்
இன்னொரு வாழ்க்கையை வரித்துக்கொள்ள
என்னை வற்புறுத்தக்கூடும் என்று தோன்றுகிறது.
இங்கே, இதோ ஓர் ஆன்மாவையும்
அடையாளம் தெரியாதது ஏனென்று
புரிந்தது எனக்கு -
இங்கே எல்லோரும் இறந்து போயிருக்கிறார்கள்
நான் மட்டுமே இந்த மறதியின் நடுவில்
உயிரோடிருக்கிறேன்
இப்போதும் பிழைத்திருக்கிற ஒரு பறவை போல.

மாறாகச் சொன்னால்
நகரம் என்னைக் கண்காணிக்கிறது.
நான்தான் இறந்தவன் என்று புரிந்துகொள்கிறது.
பட்டு விற்பனைக் கடைவழியே,
வறுமையின் சந்தைகள் வழியே,
நடந்துகொண்டிருக்கிறேன் நான்.
அதே தெருவான தெருக்களில்
எனது பார்வைக்கெதிரில் ஜொலிக்கும்
ஆணிமுகம் போன்ற திடமான கறுத்த கண்களில்
இறந்த சிலைகளுள்ள வெளிறிய பொன் தேவாலயங்களில்
நம்பிக்கை கொள்வது கடினம்.
அதற்குக் கண்களில்லை, கைகளில்லை,
இனிச் சிறிதும் தீயில்லை.

காலம் அழுக்காக மாற்றிய தெருக்களே, போய் வருகிறேன்.
இழந்த காதலே, போய் வருகிறேன் போய் வருகிறேன்.
என்னுடைய வீட்டின் மதுவுக்கு

நான் திரும்பிப் போகிறேன்
எனது நேசித்தலின் நேசத்திற்கு
நான் என்னவாக இருந்தேன் என்பதற்கும்
என்னவாக இருக்கிறேன் என்பதற்கும்
திரும்பிப் போகிறேன்.
நான் திரும்பிப் போவது திரும்ப வருவதற்கல்ல.
இதற்கு மேலும் என்னை ஏமாற்றிக்கொள்ள
விருப்பமில்லை எனக்கு.
பின்னோக்கி அலைவது ஆபத்தானது -
திடீரென்று அதோ இறந்தகாலம்
சிறையாக மாறியிருக்கிறது.

எனக்கு விஷயங்களைக் குழப்பும் விருப்பம்...
எல்லாவற்றையும் இணைக்க, எல்லாவற்றையும் புதிதாய்
பிறப்பிக்க,
எல்லாவற்றையும் கலவையாக்க,
எல்லாவற்றையும் நிர்வாணமாக்க
உலகத்தின் வெளிச்சம் யாவும்
ஒரு நெகிழ்வான அண்ட அழுகையாய்,
ஒரு கிளர்ச்சியூட்டும் உயிர்ப்புள்ள நறுமணமாய்,
கடல்போல ஒன்றாகும் வரை.

குதிரைகள்

ஜன்னல் வழியே
நான் அந்தக் குதிரைகளைப் பார்த்தேன்.

குளிர்காலத்தில் பெர்லினிலிருந்தேன்
வெளிச்சம் வெளிச்சமில்லாமலிருந்தது
ஆகாயம் ஆகாயமில்லாமலிருந்தது.

ஊறிய ரொட்டிபோல
வெளிறிய வானம்.

எனது ஜன்னல் வழியே நான் பார்த்தேன்
ஒரு தரிசு மைதானம்
குளிரின் பற்கள் கடித்துக் குதறிய ஒரு வட்டம்.
சட்டென்று ஒற்றை ஆள் நடத்த
மூடுபனியினூடே
நடந்து வந்துகொண்டிருந்தன பத்துக் குதிரைகள்.
அவை முன்னேறி
வாழ்க்கைக்குள் ஒரு ஜுவாலையாய் அலையடித்தன;
அதுவரை
வெறுமையாகவிருந்த என் கண்களின் முழு உலகமும்
நிரம்பியது.

பிரமாதம்; அற்புதம்
அகன்ற திட்பமான குளம்புகள் மீது
பத்துக் கடவுளர்போல நடந்து வந்தன.
அவற்றின் ரோமக் குச்சங்கள்
கனவின் விசிறலாக இருந்தன.

அவற்றின் பூண்கள்
சேணங்கள், ஆரஞ்சுகள்.
அவற்றின் நிறம்
எரியும் அரக்கு; தேன்.
பெருமிதத்தின் கல்லில் செதுக்கிய கோபுரங்கள்
அவற்றின் கழுத்துகள்.
அவற்றின் ரௌத்திரக் கண்களில்

சிறைப்பட்ட கைதியின் பலம்.

அசுத்தமும் கச்சாவுமான குளிர்காலத்தில்
நடுப்பகலில்
அந்த அமைதியில்
குதிரைகளின் தோற்றம்
தாளகதியுடனிருந்தது;
இரத்தவோட்டமாகவிருந்தது;
உயிர்த்திருப்பவையின் கலங்கரை வெளிச்சமாக இருந்தது.

நான் பார்த்தேன்... பார்த்தேன்...
பார்த்துக்கொண்டிருந்தது உணர்வு திரும்பினேன்.

ஏதுமறியாத நீருற்றும்
தங்கத்தின் நடனமும்
ஆகாயமும்
அழகிய பொருட்களில் ஒளிரும் தீயும்
அங்கேயே இருந்தன.

அந்த மங்கிய குளிர்காலத்தை உதறினேன்
எனினும்
அந்தக் குதிரைகளின் ஒளியை
மறக்க என்னால் முடியவேயில்லை.

மூன்று கடற்பறவைகள்

மூன்று கடற்பறவைகள், மூன்று ஒளிக்கதிர்கள்,
மூன்று கத்திரிகள்
குளிர்ந்த வானத்தைக் கடந்து
'ஆண்டோஃபகஸ்தா'* நோக்கிப் போயின.
அதனால்
ஆகாயம் நடுங்கியது
காயம்பட்ட கொடிபோல ஒவ்வொன்றும் நடுங்கின.

தனிமையே,
உனது அழிவற்ற மூலத்தின் அடையாளத்தை,
மூர்க்கப் பறவைகளின் எளிய சுவடுகளை,
தேனுக்கு முன்பு சந்தேகமில்லாமல் வரும் சலனத்தை,
சங்கீதத்தை
கடலை,
பிறப்பை
எனக்குக் கொடு

(தனிமை
மாற்றமில்லாத முகத்துடன் ஒரு கனத்த மலர்போல
ஆகாயத்தின் கொந்தளிப்பைத் தழுவும் வரை
படர்ந்துகொண்டேயிருக்கிறது)

தீவுக்கூட்டங்களிலிருந்து
கடலின் குளிர்ந்த சிறகுகள்
வடகிழக்கு சிலியின் மணல்வெளி நோக்கிப் பறந்தன.

இரவு
அதன் கனத்த தாழ்ப்பாளிட்டு
வீட்டை அடைத்துக்கொண்டது.

---

* ஆண்டோஃபகஸ்தா – வட மத்திய சிலியில் தெற்கு தீவுக் கூட்டங்களுக்கு வடகிழக்கிலுள்ள பாலைவனப் பகுதி.

வனத்தில் வழிதவறிய நான்...

வனத்தில் வழிதவறிப்போன நான்
ஓர் இருண்ட கம்பைச் சட்டென்று கடித்தேன்
தாகத்துடன் என் உதடுகளுக்கருகில்
அதன் முனகலை உயர்த்தினேன்;
ஒருவேளை அது
மழையின் அழுகுரலாக இருக்கலாம்
நொறுங்கிய மணியாக இருக்கலாம்
அல்லது
உடைந்த இதயமாக இருக்கலாம்.

வெகுதொலைவிலிருந்து
ஆழமாக மூடப்பட்ட
மண்ணால் மறைக்கப்பட்ட
அளக்கவியலாத இலையுதிர் காலங்களால் தோற்கடிக்கப்பட்ட
நிழல் இலைகளின் ஈரத்தால் பாதி திறக்கப்பட்ட
ஓர் அலறலாக
என்னிடம் வந்தது.

ஆனால்
கானகக் கனவைவிட்டு நான் வெளியேறியபோது
அந்த ஹேசல் கிளை
என் நாவினடியில் பாடியது
அதன்
அலையும் நறுமணம் என் உணர்வில் எழுந்தது.

நெடுங்காலமாக
நான் உதாசீனம் செய்திருந்த வேர்கள்
திடீரென்று என்னைத் தேடின
இழந்துபோன பால்யப் பிரதேசத்தைத் தேடின
அலையும் நறுமணங்களால் காயமடைந்த
என்னை அணைத்துக்கொண்டன.

நான் திரும்ப வருவேன்

ஆணோ அல்லது பெண்ணோவான பயணியே
மீண்டும் ஒரு முறை
நான் இறந்துபோன பிறகு
இங்கே தேடு - என்னைத் தேடு.
கல்லுக்கும் கடலுக்கும் இடையில்
குமுறும் நுரையின் ஒளியில்
இங்கே தேடு - என்னைத் தேடு.
இங்கேதான் நான் வருவேன் -
ஒன்றும் பேசாமல், மௌனியாக,
வாயில்லாதவனாக, பரிசுத்தனாக
இங்கேதான் நான் வருவேன்.
மறுபடியும் நீரின் சலனமாக
அதன் பண்படாத இதயத்தின் சலனமாக
இங்கே நான் காணாமற் போகக்கூடும்
கண்டு பிடிக்கப்படவும் கூடும்
ஒருவேளை இங்கே நான்
கல்லும் மௌனமும் ஆகக்கூடும்.

பாறையில் ஓர் உருவம்!

ஆமாம், அவனை எனக்குத் தெரியும்,
பல வருடங்கள் அவனுடன்
அவனுடைய பொன்னிறக் கற்களின் சாரத்துடனும்
கழித்திருக்கிறேன்
அவன் களைத்துப்போன ஒருவனாயிருந்தான்
அவன் பராகுவேயில் தாய் தந்தையரை விட்டு வந்தான்.
குழந்தைகளை, மருமக்களை
புதிய உறவு முறைகளை
அவனது வீட்டை, கோழிக் குஞ்சுகளை,
பாதி திறந்த சில புத்தகங்களை - விட்டு வந்தான்.
அவர்கள் அவனைக் கதவருகே அழைத்தனர்.
கதவைத் திறந்ததும் அவனைக் கைது செய்தனர்
அவர்கள் அவனை வதைத்தனர்
அவன் பிரான்ஸிலும், டென்மார்க்கிலும், ஸ்பெயினிலும்,
இத்தாலியிலும்
அலைந்து திரிந்து இரத்தமாய்த் துப்பினான்
அவ்வாறு அவன் இறந்து போனான்.
நான் அவன் முகத்தைப் பார்ப்பது நின்றது.
அவனுடைய ஆழ்ந்த மௌனத்தைக் கேட்பதும்.
பின்பு ஒருமுறை,
புயல்களின் இரவில்,
மலைகளின் மீது பனி மெல்லிய அங்கியை விரிக்கையில்
பார்த்தேன். அங்கே, தொலைவில், என் நண்பன் குதிரை மீது.
அவன் முகம் பாறையில் செதுக்கப்பட்டிருந்தது.
அவனுடைய முகவெட்டு கொடும் பருவங்களை எதிர்த்து
நின்றது.
காற்று அவன் மூக்கில் பொதிந்து
துன்புற்றவர்களின் புலம்பலைக் கொண்டிருந்தது.
நாடு கடத்தப்பட்டவன் காலூன்றிய இடம் அது.
சொந்த நாட்டில், கல்லாக மாறி வாழ்கிறான்.

சிங்கம்

தொலைவிலிருந்து ஒரு பெரும் சிங்கம் வந்தது -
மௌனம் போலப் பிரம்மாண்டம்.
தாகமாயிருந்தது அது.
இரத்தம் தேடி வந்திருந்தது
ஒரு வீட்டின் பின்னணியில் இருப்பதுபோல
கிடந்த அதன் பின்னால் நெருப்பிருந்தது
கஸஸர்ர்ர்ர் எரிமலைபோல
பற்றி எரிந்துகொண்டிருந்தது.

சிங்கம் கண்டது தனிமை மட்டுமே.
பசியால்,
நிச்சயமின்மையால் அலறியது அது.
தின்பதற்கு இருந்ததோ காற்று மட்டும்;
கடற்கரையில் நுரை மட்டும்;
விரைத்துப்போன கடற்களைகள் மட்டும்
பறவை நிறக் காற்றோ
உண்ண முடியாத பதார்த்தம்.

வாடியிருந்த சிங்கம்
வேறு ஒரு கிரகத்திலிருந்து வந்தது.

பேரலைகள் வீசி ஏறியப்பட்டு
ஐலா நீக்ராவின் உவர்ப்புத் தீவுகளில்
பாறைகளில் வந்து ஒதுங்கியது
காலி இரைப்பை, சோம்பிய நகங்கள்,
இறகுத் துடைப்பம் போன்ற வால்
தவிர ஒன்றுமில்லை அதனிடம்.

அதன் கொடூரத் தோற்றத்தின் அசட்டுத்தனம்
அதற்குத் தெரிந்திருந்தது
வருடங்கள் கழிய
அது வெட்கத்தில் குறுகியது
பயம் அதை அகங்காரத்தின் இன்னும் மோசமான
நடவடிக்கைகளுக்கு கொண்டுபோனது

பொது மைதானத்தில் திரியும் சிங்கங்களைப் போல
அதற்கும் வயதேறி வந்தது
மெல்ல மெல்ல
வெளிமுற்றத்துக்கோ, பூந்தோட்டத்துக்கோ
அலங்காரமாக மாறியது.
துக்கம் படிந்த நெற்றியை மறைத்தபடி
மழையில் கண்கள் நிலைத்தபடி, சலனமற்று,
மண்ணியல் ரீதியான கடைசி நேரத்தின்
கல்லின் நரைத்த தீர்ப்புக்காய்
காத்திருக்கிறது.

நீ என்னை மறந்தால்...

ஒரு விஷயம் நீ தெரிந்துகொள்ள
வேண்டுமென்று விரும்புகிறேன்
அது இவ்வாறு:
பளிங்கு நிலாவையோ
எனது ஜன்னலில் தென்படும் மந்தமான இலையுதிர் காலத்தின்
சிவந்த கிளையையோ
நான் பார்த்தால்.
கணப்பருகே நுண்ணிய சாம்பலையோ
சுருங்கிய விறகுக் கட்டையையோ
நான் தொட்டால்...
வாசனைகளும் ஒளிரும் உலோகங்களும்
இருக்கும் எல்லாமும்
எனக்காகக் காத்திருக்கும் உனது தீவுகளை நோக்கிப் போகும்
சிறு படகுகளாக
ஒவ்வொன்றும் என்னை உன்னிடமே கொண்டுசேர்க்கின்றன.

நல்லது,
இப்போது
என்னைக் காதலிப்பதை நீ
கொஞ்சம் கொஞ்சமாக நிறுத்தினால்
உன்னைக் காதலிப்பதை நானும்
நிறுத்திவிடுவேன் கொஞ்சம் கொஞ்சமாக.

திடீரென்று
நீ என்னை மறந்தால்,
எனக்காகக் காத்திராதே,
நான் ஏற்கனவே உன்னை மறந்திருப்பேன்.

எனது வாழ்வில் கடந்துபோகும்
பதாகைகளின் காற்று
நீண்டதென்றோ கிறுக்குத்தனமானதென்றோ
நீ நினைத்தால்.
நான் வேரூன்றியிருக்கும் இதயத்தின் கரையிலேயே
என்னை விட்டுப்போகலாமென்றோ

நீ முடிவெடுத்தால்.
ஞாபகம் வைத்துக்கொள்.
அதே நாள்
அதே நேரம்
என் தோளை உயர்த்துவேன்
என் வேர்கள் வேறிடத்தில் பதியும்.

ஆனால்
ஒவ்வொரு நாளும்
ஒவ்வொரு மணி நேரமும்
நீ எனக்கானவள் என்று
மாற்ற முடியாத இனிமையுடன் நீ உணர்ந்தால்...
ஒவ்வொரு நாளும்
என்னைத்தேடி உனது உதடுகளில் ஒரு மலர் படர்ந்தேறினால்...
என் காதலியே
என் சொந்தமே
எல்லா நெருப்பும் என்னுள் திரும்பவரும்
என்னுள் எதுவும் அணையாது... மறவாது.
அன்பே,
எனது காதல் உனது காதலால் வளர்கிறது.
நீ வாழும் காலம் வரை
என்னைவிட்டு விலகாமல் உன் அணைப்பிலிருக்கும்.

நிலவறையில் எனக்காக ஓர் இடம்...

நிலவறையில் எனக்காக ஓர் இடத்தை ஒதுக்கு...
பார்வையற்றவனாகவோ
தொடுதலையுணராதவனாகவோ மாறும்போது
எங்கே நான் போக முடியுமோ
அந்த ஊமைக் கல்லுக்குள்ளே
அல்லது நிழலின் விரலுக்குள்ளே
ஒரு புதிரான இடத்தை ஒதுக்கு...

உன்னாலோ,
வேறு எவராலுமோ,
எதனாலுமோ
அந்த இடத்தையோ அந்த வழியையோ
ஒதுக்க முடியாதென்று தெரியும் எனக்கு.
ஆனால்,
சாவது தவிர வாழ விருப்பமின்றி
அனைத்தையும் கடந்து
ஆதி ஜுவாலையின்
உலோகத் தன்மையுள்ள, உறக்க சுகமுள்ள
நிலைக்குள் நுழைந்து கொண்டிருக்கும்போது
அன்றாட வாழ்க்கைப் பரப்பில் பயன்படாத
பரிதாபமான ஆசைகளை வைத்துக்கொண்டு
என்ன செய்யக்கூடும் நான்?

அதிகமொன்றுமில்லை

பூமியில் வெளிச்சத்தை நிறுவுவதற்காக
உண்மையைச் சார்ந்து நிற்கிறேன் நான்.
ஒரு ரொட்டியைப்போல சாதாரணமாக இருக்கவிரும்புகிறேன்
அதனால்
போராட்டம் வரும்போது நான் விலகிப்போனதாக நினைக்காது
(என் தேசம்).

ஆனால்
இங்கே எதை நேசித்தேனோ அதனோடிருக்கிறேன்
நான் இழந்த தனிமையுடனிருக்கிறேன்.
ஆனால்
இந்தக் கல்லினருகில் நான்
ஓய்வெடுத்துக் கொண்டிருக்கவில்லை.

எனது மௌனத்தில் இயங்கிக்கொண்டிருக்கிறது கடல்.

கடல் ஆமை

அந்தக் கடலாமை
நெடுந்தூரம் நடந்திருந்தது
அதன்
புராதன விழிகளால்
எராளமாகப் பார்த்திருந்தது
அந்தக் கடலாமை
ஆழக்கடலின் ஒலிவ இலைகளைப் புசித்தது
அந்தக் கடலாமை
ஏழு நூற்றாண்டுகள் நீந்தியிருந்தது
ஏழாயிரம் வசந்தங்களை அறிந்திருந்தது
அந்தக் கடலாமை
ஒளிக் கதிருக்கும் அலைகளுக்கும் எதிராக
வெப்பத்துக்கும் குளிருக்கும் எதிராக
தன்னைக் காத்துக்கொண்டது
அந்தக் கடலாமை
மஞ்சளும் வெள்ளியுமாக இருந்தது
நிலவொளியும் சாம்பிராணியும் தத்தளிப்புமுள்ள
திடமான கால்களோடிருந்தது.

அந்தக் கடலாமை
இங்கே உறங்கிக்கொண்டிருக்கிறது
இப்போது
அதற்கு எதுவும் தெரியாது.
அந்தக் கிழம்
அமுக்கமாக இருந்தது
அலைகளின் காதலைப் புறக்கணித்து
இரும்புத்
தகடுபோல் கெட்டியாக மாறியது.

அநேகமுறை
கடலை வானத்தை காலத்தை பூமியைப் பார்த்த
விழிகளை மூடி
மற்ற பாறைகளின் இடையில்
உறங்குகிறது அது இப்போது.

உனக்கு என்ன ஆயிற்று?

உனக்கு என்ன ஆயிற்று?
நமக்கு, நமக்கு என்ன ஆயிற்று?
காயப்படுத்தும்விதம்
நம்மை இறுகப் பிணைத்த முரட்டுச்சரடு நமது காதல்.
இந்தக் காயத்திலிருந்து விடுபடுவதெனில்
அது
மீண்டும் ஒரு புதிய கட்டை உண்டாக்கி
இரத்தம்சிந்தி ஒன்றாக எரிந்துபோக
நம்மைச் சபிக்கும்.

உனக்கு என்ன ஆயிற்று?
உன்னிடம் நான் பார்ப்பது
எல்லாக் கண்களையும் போன்று இரண்டு கண்கள்
உன்னிடம் நான் பார்ப்பது
நான் முத்தமிட்டிருந்த ஆயிரம் வாய்களில் ஒரு வாய்
அவற்றைவிட அழகானதென்று வைத்துக்கொள்.
எந்த நினைவும் மீதமிராமல்
என் உடலின் கீழ் குழைந்திறங்கிய
பல உடல்களில் ஓர் உடல்.

ஒரு கோதுமைநிற ஜாடிபோல
காற்றில்லாமல்
ஓசையில்லாமல்
வெறுமையாக, எவ்வளவு வெறுமையாக
இந்த உலகத்தைத் தாண்டிப்போனாய் நீ!

பூமிக்கடியில் இடைவிடாமல் அகழ்ந்துகொண்டிருக்கும்
என் கைகளுக்கான வலுவை
உன்னிடம் பயனற்றுத் தேடினேன்.
உனது சருமத்துக்கிடையில்
உனது கண்களுக்கிடையில் ஒன்றுமில்லை.
விம்மி உயராத உனது இரண்டு முலைகளுக்கிடையில்
எதற்கென்று புரியாமல் பாடிக்கொண்டு ஓடுகிறது

கண்ணாடிப் பளபளப்புடன் ஒரு பிரவாகம்.
எதற்காக எதற்காக எதற்காக
என் அன்பே, எதற்காக?

வீடு

எல்லாம்
நிலவும் கல்லும் நிழலுமாகவிருந்தபோது
ஒளி இன்னும் பிறக்காமலிருந்தபோது
நானோ பூமியோ இல்லாமலிருந்தபோது
நான் வாழ்ந்தது ஒருவேளை,
இந்த வீடாக இருந்திருக்கலாம்.

இந்தக் கல்
எனது வீடாகவோ சாளரங்களாகவோ அல்லது
எனது கண்களாகவோ இருந்திருக்கலாம்.
இந்தக் கல்ரோஜா
எனக்குள் வாழ்ந்த எதையோ அல்லது
அதற்குள் வாழ்ந்த என்னையோ...
குகையையோ மண்டையோட்டுக்குள்
கனவுகளின் பிரபஞ்சத்தையோ
குவளை அல்லது கோட்டையையோ
படகு அல்லது பிறப்பையோ
மீண்டு நினைவுகூர்கிறது.

பாறையின் தவிர்க்கவியலா தாகத்தை,
அதன்
உப்புநீரில் நொறுங்கிய மண்சுவரை
தொட்டுணர்ந்தேன்.
எனது தவறுகள் இங்கே பிழைத்திருப்பதை அறிவேன்.
வறண்டு சுருங்கிய சாராம்சங்கள்
அவற்றின் அடியாழத்திலிருந்து
எனது உயிரின் பரப்புமேல் எழுவதையும் அறிவேன்.

எனக்காக மரிக்காத இந்தக் கல்லின் வருடலுக்காக
நான் கல்லாக இருந்தேன்; கல்லாக இருப்பேன்.
நான் இருந்தது அவ்வாறு; இருக்கப்போவதும் அவ்வாறே.

போராட்டத்தின் அமைதி
காலத்தின் விளிம்புக்கப்பால் நீண்டிருக்கிறது.

கிரகம்

நீரின் கற்களுண்டா அங்கே நிலாவில்?
பொன்னிற ஓடைகளுண்டா அங்கே?
அங்கே குளிர்காலத்துக்கு என்ன நிறம்?
கூந்தல் அவிழ்வதுபோல
ஒன்றன் பின் ஒன்றாக நாட்கள் ஓடுகின்றனவா?
பூமியிலிருந்து அந்தத் தொலைவிடத்துக்கு
காகிதம், மது, கைகள், சடலங்கள்
என்னவெல்லாம் வந்து விழுகின்றன?

மூழ்கி மடிந்தவர்கள் வாழ்வது அங்கேதானா?

கடல்

ஒற்றை உயிர், ஆனால் இரத்தமில்லை.
ஒற்றை வருடல், மரணம் அல்லது உயிர்ப்பு.
கடல் வருகிறது. நமது வாழ்வுகளை ஒன்றாக்குகிறது,
மனிதனைத் தாக்குகிறது, உயிர்களைப் பிரிக்கிறது,
இரவில் தனியாகப் பாடுகிறது
அதன் சாராம்சம் நெருப்பு குளிர் இயக்கம்.

வசந்தம்

பிறவிக்கு ஒளிகொணர
அந்தப் பறவை வந்துசேர்ந்தது,
அதன் ஒவ்வொரு கூவலிலும்
தண்ணீர் பிறக்கிறது.

வெளியைக் கட்டவிழ்த்துவிட்ட
நீருக்கும் ஒளிக்கும் இடையில்
இப்போது வசந்தம் ஆரம்பமானது
இப்போது விதை தனது வளர்ச்சியை உணர்கிறது
பூவிதழ்களில் வேர் வடிவங்கொள்கிறது
இறுதியாக மகரந்தத்தின் இமைகள் திறக்கின்றன.

இவையெல்லாம் முழுமைபெற்றது -
பசுங்கிளையின் கொம்பிலமர்ந்த
ஒரு சாதாரணப் பறவையால்.

தண்ணீர்

பூமியிலுள்ள ஒவ்வொன்றும் குத்திட்டு நின்றன
முட்செடிகளை குத்தித் துளைத்தன
பசுமைச் சரடு கொறித்துத் தின்னப்பட்டது
இலை உதிர்ந்தது
ஒற்றை மலரும் தானாகவே
உதிரும் வரை உதிர்ந்துகொண்டிருந்தது.

தண்ணீர் இன்னொரு முதன்மை
அதற்குத் திசைகள் இல்லை, ஆனால்
அதன் ஒளிக் கருணை
கற்பனை செய்யக்கூடிய எல்லா நிறங்களிலும்
கடந்து போகிறது,
கல்லிலிருந்து தெளிவான பாடங்களைக் கற்கிறது.
அந்த நிகழ்வுகளில்
நரையின் நனவாகாத ஆசைகளை
நிகழ்த்துகிறது.

கவிஞரின் கடமை

இந்த வெள்ளிகிழமை காலை
யார் கடலுக்குச் செவிசாய்க்கவில்லையோ,
வீட்டிலோ அலுவலகத்திலோ தொழிற்சாலையிலோ
பெண்ணிடமோ தெருவிலோ சுரங்கத்திலோ கடுஞ்சிறையிலோ
அகப்பட்டிருப்பவர்கள் எவரோ,
அவர்கள் அருகில்
பேசாமலும் பார்க்காமலும் நான் வருவேன்.
நான் அவர்களது சிறைக்கதவைத் திறப்பேன்.
அப்போது
தெளிவற்ற பிடிவாதமான ஓர் அதிர்வு தொடங்கும்.
இடியின் ஒரு பெரும் துண்டு
பூமியின் இரைச்சலையும் நுரையையும் இயக்கும்.
கடலின் தேம்புகிற நதிகள் பெருக்கெடுக்கின்றன.
நட்சத்திரம் அதன் வலையத்தில் வேகமாக அதிர்கிறது
கடல் முழங்குகிறது தணிகிறது மீண்டும் முழங்குகிறது.

நான் கடலின் புலம்பலை ஓயாமல் கேட்கவேண்டும்
பிரக்ஞையில் பாதுகாக்கவேண்டும்,
உறைந்த நீர் நொறுங்கிச் சிதறுவதை நான் உணரவேண்டும்
அதை ஒரு நிரந்தரக் கோப்பையில் சேமிக்கவேண்டும்.
ஏனெனில் அது என் விதி.
சிறைப்பட்டவர்கள் எங்கே இருந்தாலும்
இலையுதிர் காலத்தின் தண்டனையை எங்கே அனுபவித்தாலும்
அங்கே சுற்றியடிக்கும் அலையுடன் நான் இருப்பேன்.

ஜன்னல்களைக் கடந்து நான் நகரும்போது
என் அரவம்கேட்டுக் கண்களை உயர்த்திக் கேட்கிறார்கள்.
'நான் கடலைச் சென்றடைவது எப்படி?
அப்போது
கடலின் நட்சத்திர எதிரொலிகளை
நுரையின் சிதறலை
மணற்சுழல்களின் சிதறலை
பின்னொதுங்கும் உப்பின் முனகலை

கரையில் கடற்பறவைகளின் கூக்குரலை
எதுவும் பேசாமல் ஒலிபரப்புவேன்.

அவ்வாறு, என்னிலூடே
சுதந்திரமும் கடலும் மூடப்பட்ட இதயத்துக்குப் பதிலளிக்கும்.

சொல்

சொல்
இரத்தத்தில் பிறந்தது
இருண்ட உடலில் துடித்து வளர்ந்தது
உதடுகள் வழியே, வாய்வழியே பறந்தது.

தொலைவிலிருந்து
இறந்த மூதாதையரிடமிருந்து
நாடோடிக் கூட்டத்திடமிருந்து
ஏழைக் குடிகளைக் கண்டு நொந்து
கல்லாக மாறிய நிலங்களிலிருந்து
நெருங்கி நெருங்கி வந்தது.

வேதனைகள் தெருவிலிறங்கியபோது
குடிகள் புறப்பட்டன, வந்து சேர்ந்தன.
புதிய நாடுகளும் நீரும் மீண்டும் ஒன்றிணைந்தன.
அவர்கள்
சொல்லைப் புதிதாக விதைத்தனர்.

ஆக,
இதுதான் மரபு.
இதுதான் இறந்தவனையும்
இன்னும் வெளிச்சம் காணாத புதுப்பிறவியின் விடியலையும்
நம்மோடு இணைக்கும் அலைவரிசை.

பயத்தின் உடையை
பெருமூச்சின் உடையை அணிந்த ஆதிச் சொல்லில்
இன்னும் நடுங்குகிறது வெளி.
இருளைப் பிளந்து வெளிவந்தது அது.

அந்தச் சொல்லின்
முதன் முதலில் உச்சரிக்கப்பட்ட அந்தச் சொல்லின்
இரும்புக்கனம் போல் முழங்கும் ஓர் இடி
பிறக்கவில்லை இன்னும்.
ஒருவேளை முதலில் அது
ஒரு துளியாக இருந்திருக்கலாம்

ஓர் அலையாக இருந்திருக்கலாம்
எனினும்
அதன் பேரருவி விழுகிறது... விழுகிறது.

பிறகு
சொல்லில் அர்த்தம் நிரம்பியது.
என்றும் அது நிறைகர்ப்பமாக இருந்தது
உயிர்கள் நிறைந்திருந்தது
பிறப்புகளுடனும் ஓசைகளுடனும்
ஒவ்வொன்றும் இணைந்திருந்தன
நம்பிக்கை, தெளிவு, வலிமை,
எதிர்ப்பு, அழிவு, மரணம்.

பிறகு
செயல் எல்லாவற்றையும் ஏற்றுக்கொண்டது
அழகின் மின்சாரத்தில் சாரமும் இருப்பும் இணைந்தன.

மனிதச்சொல், பதம்,
விரிந்த ஒளி, வெள்ளிக் கொல்லனின் கைநுட்பம்,
இரத்த உறவுகளைச் சேகரித்து வைக்கும் பரம்பரைக் கோப்பை.

இதில்தான்
மனிதச்சொல்லின் முழுமையில்
மௌனம் பின்னப்பட்டது.
பேசாமலிருப்பது மனிதர்களுக்கு மரணம்.
மொழி
மயிர் வரை பரவியிருக்கிறது
உதடு அசையவில் எனினும் வாய் பேசுகிறது,
திடீரென்று கண்கள் சொற்களாகின்றன.

நான் சொல்லை மனித உருவாகக் காணுகிறேன்,
நினைக்கிறேன்
பேச்சின் ஒவ்வொரு வேற்றுமையிலும்
என் வழிகளைக் காணுகிறேன்
பேசும்போது நான் நானாகிறேன்
பேசாதபோது சொல்லின்
மௌன எல்லைகளை நெருங்குகிறேன்.

இதோ நான்
சொல்லுக்காக,
ஒரு சொல்லை,
பளபளக்கும் கோப்பையையுயர்த்தி அருந்துகிறேன்
அதில் சொல்லின் தூய மதுவை அருந்துகிறேன்
சொற்களின் ஆதாரமான நீர்... வற்றாத நீர்
கோப்பையும் மதுவும் நீரும் கலந்து
என் பாடலுக்கு உயிரூட்டுகின்றன.

ஏனெனில்
செயலே ஊற்று, தெளிவான வாழ்வு, அதுவே இரத்தம்
சாரத்தை வெளிப்படுத்திச் சுருளவிழும் இரத்தம்.

சொல்
கண்ணாடியைக் கண்ணாடியாக்குகிறது
இரத்தத்தை இரத்தமாக்குகிறது
வாழ்க்கையை வாழ்க்கையாக்குகிறது

மக்கள்

அந்த மனிதனை எனக்கு நன்றாகவே தெரியும்,
அவனைப் பார்த்து இரண்டு நூற்றாண்டுகளாவது கடத்திருக்கும்
குதிரை மீதோ அல்லது வாகனத்திலோ
அவன் பயணம் செய்யவில்லை.
வெறும் கால்களால் தூரங்களைக் கடந்தான்.
வாள்களோ அம்புகளோ அவனிடம் இல்லை
அவன் தோள்மீது வலைகள்,
கோடரி அல்லது சுத்தியல் அல்லது மண்வெட்டி,
ஒருபோதும் அவன் தனது மனிதர்களுடன் போரிட்டதில்லை.
அவனது போராட்டம் நீருடன் அல்லது நிலத்துடன்
அவனது போராட்டம் - கோதுமையுடன்
அது ரொட்டியாக மாறுவதற்காக -
உயர்ந்து நின்ற மரங்களுடன் - விறகுக்காக -
கவர்களுடன் - கதவுகள் திறப்பதற்காக -
எண்ணுடன் - சுவர்கள் கட்டுவதற்காக -
கடலுடன் - அது பயன்தருவதற்காக.

அவனை எனக்குத் தெரியும், இன்னும் எனக்குள்
இருக்கிறான் அவன்.
வாகனங்கள் துண்டுகளாய்ப் பிளந்தன
யுத்தம் கதவுகளையும் சுவர்களையும் தகர்த்தது.
கைப்பிடிச் சாம்பலாயிற்று நகரம்.
உடைகள் புழுதியில் உதிர்ந்தன.
எனினும் அவன் இன்னும் காத்திருக்கிறான் எனக்காக.
அவனைத் தவிர வேறு எல்லாமும் பிழைத்திருக்கும் என்று
தோன்றி இந்த மணலில் பிழைத்திருக்கிறான்.
குடும்பங்களின் போக்குவரவுகளில்
சில சமயம் அவன் எனது தகப்பனாகவோ உறவினனாகவோ
இருந்தான்
மண்ணோ வெள்ளமோ விழுங்கியதால்
இயந்திரமோ மரமோ கொன்றதால்
வீடு திரும்பாமல் போனவன்.
அல்லது வறண்ட கண்களுடன்

சவப்பெட்டியைப் பின்தொடர்ந்த தச்சன்
மரத்துக்கோ, உருவகத்திற்கோ அதைத் தவிர வேறு
பெயர் கொடாத ஒருவன்.
பிறர் அவனை உயரத்திலிருந்து பார்த்தார்கள் -
புற்று மூடியதால் எறும்பைப் பார்க்கவில்லை அவர்கள்.
பட்டினியால் களைப்பால் அவன் இறந்தான்.
அவன் கால்கள் அசைவற்றுப் போயின.
அவர்கள் வழக்கமாகப் பார்த்ததைத் தவிர வேறு
எதையும் பார்க்கவில்லை ஒருபோதும்
ஏனெனில்
அவனுடைய இடத்தில் ஏற்கனவே வேறு கால்கள் நடந்து
கொண்டிருந்தன.

அந்தக் கால்கள் இன்னும் அவனுடையவை.
அந்தக் கைகளும் அவனுடையவை
அவன் வாழ்ந்திருந்தான்
அவன் முடிந்து போயிருந்தான் என்று கருதியபோது
அவன் மறுபடியும் அவனானான்.
அவன் மறுபடியும் நிலத்தை உழுதுகொண்டிருந்தான்
உடையணியாமல் துணிகளை வெட்டிக்கொண்டிருந்தான்.
அவன் அங்கே இருந்தான் முன்போல் இல்லாமல்
அவன் போனான், மீண்டும் வந்தான்.

அவனது வருகையை அறியவில்லை எவரும்
அவனது இறப்பை அறியவில்லை எவரும்
ஏனெனில்
அவனுக்கு ஒருபோதும் இடுகாடில்லை, கல்லறையில்லை
அவள் வியர்வை சிந்திச் செதுக்கிய கல்லில்
அவன் பெயர் பொறிக்கப்படவும் இல்லை
வேலை செய்ய வலு இருந்தபோது மட்டுமே
அந்த ஏழை அறியப்படாமல் வாழ்ந்திருந்தான்.

அவனும் மனிதனாக இருந்தான்
பாரம்பரியமாக எதுவும் இல்லாதவன்
கால்நடைகளோ ஆயுதங்களோ இல்லாதவன்.
அவனாக இருந்த பார்ப்பவர்களுக்கு
அவன் களிமண் போலப் புழுதி படிந்தவன்.

தோல்போலச் சாம்பல் நிறமாயிருந்தான்.
கோதுமை அவனுக்கும் போதுமானதாக இருந்தது.
சுரங்கத்தின் இருளில் கறுத்திருந்தான்
கோட்டைக்குள் கல்லின் நிறமாயிருந்தான்
மீன்பிடிப் படகில் கடல்மீனின் நிறமாயிருந்தான்
அவன் மனித வேடமணிந்த முழுமை.
அவன் மூலப்பொருள், பூமி, நிலக்கரி அல்லது கடல்.
அவற்றை வேறுபடுத்தி எப்படி எவரும் காண முடியும்?

அவன் வாழ்ந்த இடத்தில்
மனிதன் தொட்ட எல்லாமும் வளர்வனவாயிருந்தன.
குரோதக் கற்கள்
அவன் கைகளால்
வெட்டப்பட்டு வடிவமும் உருவமும் அமைந்தன.
கட்டிடங்கள் துல்லியத் தோற்றம் கொண்டன.
அவன் தனது கைகளால் ரொட்டியை உருவாக்கினான்.
புகைவண்டிகளை ஓடவிட்டான்.
தூரங்களை, நகரங்களை உண்டாக்கினான்.
பிற மனிதர்கள் வளர்ந்தார்கள்.
தேனீக்கள் வந்தன
மனிதனின் உற்பத்திக்கும் பெருக்கத்துக்கும் இடையில்
புறாக்களுக்கும் ரொட்டிகளுக்கும் இடையில்
கடைத்தெருவில் அலைந்தது வசந்தம்
ரொட்டித் துண்டுகளின தகப்பன் மறக்கப்பட்டான்.
காடுவெட்டியும், வழிகளை அமைத்தும்,
மணலை இடம் பெயர்த்தும்
முன் நடந்த அவன் மறக்கப்பட்டான்.
மற்ற எல்லாம் நிலையிருப்புப் பெற்றபோது
அவர்களுக்கு மட்டும் இருப்பிடமின்றிப் போனது.
அவனுக்கு எல்லாமுமாயிருந்த இருப்பை
அவன் மற்றவர்களுக்கு வழங்கினான்.

வேறெங்கோ வேலை தேடிப் போனான்.
முடிவில் நதிக் கல்லைப்போல
மரணத்துக்குள் உருண்டு போனான்.
அவனைக் கீழ்நோக்கிச் சுமந்திருக்கிறது மரணம்.

அவனைத் தெரிந்திருந்த நான் கீழ்நோக்கி உருண்டுபோவதைப்
பார்த்தேன்.
அவன் இங்கே விட்டுப்போன
பொருட்களில் மட்டுமே இருந்தேன்.
அவன் அறியாத தெருக்கள்
அவன் ஒருபோதும், ஒருபோதும் வசிக்காத வீடுகள்
அவனைப் பார்ப்பதற்காகத் திரும்பி வருகிறேன் நான்
ஒவ்வொரு நாளும் அவனுக்காகக் காத்திருக்கிறேன்.
அவனுடைய சவப்பெட்டியில் அவனைப் பார்க்கிறேன்
அவன் உயிர்த்தெழுவதையும் பார்க்கிறேன்.

அவனுக்குச் சமமான பிறரிலிருந்து எல்லாரிடமிருந்தும்
அவனைப் பிரித்தறிகிறேன்.
இது முடியாது என்றும் தோன்றுகிறது.
இந்த வழியில் நாம் எங்கும் போய்ச் சேரப் போவதில்லை.
இப்படி வாழ்வதில் பெருமை எதுவும் இல்லை.
சொர்க்கம் அந்த மனிதனையும்
கொண்டதாக இருக்க வேண்டுமென்று
அவனுக்கும் முறையாகக் கிரீடமும் காலணிகளும்
அணிவிக்கப்பட வேண்டுமென்று
நான் நம்புகிறேன்.
இத்தனை பொருட்கள் உருவாக்கியவர்கள்
எல்லாவற்றுக்கும் அதிபர்களாக வேண்டுமென்று
நான் நம்புகிறேன்
ரொட்டியைச் செய்தவர்கள் உண்ணவும் வேண்டும்.
சுரங்கத்திலிருப்பவர்களுக்கு வெளிச்சம் வேண்டும்.
விலங்குகளில் அகப்பட்டு
மனிதர்கள் நரைப்பது இப்போது போதும்
வெளிறிப் போவது போதும்

இனி ஒரு மனிதனும் அரசாளாமல் போகக் கூடாது.
ஒரு பெண்ணும் அவளுடைய மகுடமின்றிப் போகக் கூடாது
எல்லாக் கைகளுக்கும் பொற்கையுறைகள்.
அறியப்படாதவர் எல்லாருக்கும் சூரியனின் கனிகள்

அந்த மனிதனை எனக்குத் தெரிந்திருந்தது -
இன்னும் அவன் முகத்தில் கண்கள் இருந்தது.

அவன் குரல்வளையில் ஓசையிருந்தது.
முடிந்தபோது கல்லறைகளுக்கிடையில்
அவனைத் தேடினேன் நான்,
இன்னும் புழுதியாக மாறாதிருந்த அவன் கைகளைப்
பிடித்துக்கொள்வேன்.

“எல்லாம் போய்விடும் என்றும் நீ வாழ்ந்துகொண்டிருப்பாய்
வாழ்க்கைக்கு ஒளியேற்றியவன் நீ
உன்னுடையதெல்லாவற்றையும் உருவாக்கினாய் நீ”
எனவே யாரும் கவலைப்பட வேண்டாம்
நான் தனியாகத் தோன்றும்போதும்
நான் தனியாக இல்லை
என்னுடன் எவரும் இல்லாமலில்லை
நான் எல்லோருடனும் பேசுகிறேன்.

யாரோ என்னைக் கவனிக்கிறார்கள்
யாருக்காக நான் பாடுகிறேனோ அவர்களுக்கு அது தெரியாது
எனினும் தெரிந்தவர்கள் பிறந்து கொண்டேயிருக்கிறார்கள்
இந்த உலகம் முழுவதும் அவர்களால் நிறையும் வரை.

பிறப்பு

பிறந்த பலரில் ஒருவனாக
ஒரு மனிதன் பிறந்தான்.
வாழ்ந்த பலரோடு
அவனும் வாழ்ந்தான்
அது மட்டுமே அல்ல முழு வரலாறு -
சிலியின் மத்தியப் பகுதி மண்ணும் அதில் அடக்கம்.
திராட்சைக் கொடிகள் பச்சை ரோமங்களை அவிழ்க்கும்
திராட்சைகள் ஒளியை உண்ணும் -
அங்கே
மக்களின் பாதங்களிலிருந்து பிறக்கிறது மது.

பனிக் காலத்தில்
பர்ரால் என்று அழைக்கப்படும் இடத்தில்
பிறந்தான் அவன்.

வீடோ, தெருவோ
இப்போது எதுவுமில்லை அங்கே.
கார்டிலெரா தன் குதிரைகளை அவிழ்த்துவிட்டது.
புதையுண்ட அதன் வலிமை
தன்னைத் திரட்டிக்கொண்டது.
மலைகள் தாவின.
நில நடுக்கத்தில் சிக்கிய
நகரம் அழிந்தது.
எனவே,
சூரிய வெப்பத்தால் சுடப்பட்ட செங்கற் சுவர்கள்,
சுவர்களில் மாட்டிய சித்திரங்கள்,
இருண்ட அறைகளில்
ஆட்டம் கண்ட இருக்கைகள்,
ஈக்களால் குறியிடப்பட்ட மௌனம்,
எல்லாமும் திரும்பின
மண்ணுக்கு... மண்ணுக்கு...

எங்களில் சிலர் மட்டும்
எங்கள் உருவத்தையும்

எங்கள் இரத்தத்தையும் தக்கவைத்துக் கொண்டோம்.
எங்களில் சிலரும் மதுவும்.
மது தொடர்ந்து வாழ்ந்தது.
அலைந்து திரியும் இலையுதிர் காலத்தால்
பரவலாக்கப்பட்டு
திராட்சைகளுக்குள் நுழைந்தேறியது.
அதன் மிருதுவான இரத்தம்
கறையேறிய பீப்பாய்களுக்குள்
பிழிபட்டு இறங்கியது
அங்கே
அந்த பீதியூட்டும் நிலத்தால் நடுக்கமுற்று
அது தொடர்ந்தது
நிர்வாணமாக உயிருடன்.

நிலக்காட்சிகளோ
காலமோ
முகங்களோ
உருவங்களோ எதுவுமில்லை என் நினைவில்.
கோடையின் இறுதியும்

கல்லறைகளின் நடுவில் தூங்கும்
என் தாயின் சமாதியைக் காண
என்னை அவர்கள் அழைத்துப் போன இடுகாடும் மட்டுமே
நின்றன என் நினைவில்
அவள் முகத்தை
ஒரு போதும் நான் பார்த்ததில்லை - எனவே
மரித்தோரிடையே அவளை அழைத்தேன்,
ஆனால்
புதைக்கப்பட்ட எல்லாரையும் போல
அறியாமலும் கேட்காமலும்
அவள் பதிலெதுவும் பேசவில்லை.
ஆவிகளிடையே
ஒதுங்கியிருந்தாள், விலகியிருந்தாள்,
அதுவே எனது பூமி
நடுங்கும் பூமியின் பர்ரால்
திராட்சைகளால் பளுவேறிய அப் பூமி
என் இறந்த தாயிடமிருந்து பிறந்தது.

தந்தை

எனது அப்பாவித் தந்தை
புகைவண்டியிலிருந்து திரும்பி வருகிறார்
இரவில்
ஓர் அலையும் முனகலுடன்,
மழையைத் துளைத்துப் போகும்
புகைவண்டியின் சீழ்க்கை ஒலியை
அடையாளம் கொள்கிறோம்
இரவின் புலம்பலை. பிறகு கதவுகள் நடுக்கத்துடன் திறப்பதை
காலடிகளுக்கும் காற்று வீச்சுக்கும் நடுவில்
காற்றின் விசையும் அப்பாவுடன் வந்தது.
வீடு, அதிர்கிறது.
திகைத்த கதவுகள் கைத்துப்பாக்கிகளின்
வறட்சிக் குரைப்புடன் மூடிக்கொண்டன
மாடிப்படிகள் வலியால் முனகின
கனத்த குரல், முறையிட்டது, உறுமியது.
அடர்ந்த இருள்
அருவியாய் மழை கூரைகளில் கடகடத்தது,
மெல்ல மெல்ல உலகத்தை மூழ்கடித்தது
கேட்க முடிந்ததெல்லாம்
மழையுடன் போரிட்டுக்கொண்டிருக்கும் காற்று.
எப்படி இருப்பினும் அவர் ஒரு அன்றாடச் சம்பவம்.
அவரது புகைவண்டியின் தலைவர்.
குளிர்ந்த விடியலின் தலைவர்
சூரியன் முளைத்த மறுகணம்
அவருடைய தாடியுடன்
அவருடைய தயார் நிலையிலுள்ள விளக்குகளுடன்,
சின்ன நகரத்தில் இஞ்சினின் நிலக்கரி.
பனிமூட்டத்தில் புகைவண்டிகள் நிற்கும் நிலையம்
புவியியலுக்கான அவருடைய கடமை.

புகைவண்டித் தொழிலாளி பூமியின் மீது ஒரு கடற்பயணி.
கடற்கரையற்ற சிறிய துறைமுகங்களில் -
கானக நகரங்களில் - புகைவண்டி ஓடுகிறது.

இயற்கை உலகைக் கட்டவிழ்த்துவிட ஓடுகிறது
அதன் பூமிப் பயணத்தை முடித்துக்கொள்கிறது.
நீண்ட புகைவண்டி இளைப்பாற வரும்போது
நண்பர்கள் சேர்ந்து வருகிறார்கள், திரண்டு
உள்ளே வருகிறார்கள், எனது குழந்தைப் பருவத்தின்
கதவுகள் திறக்கின்றன.
ஒரு புகை வண்டிக்காரனின் கை அறைந்து
மேஜை அதிர்கிறது.
கூட்டாளிகளின் தடிமனான
கண்ணாடிக் கோப்பைகள் குதிக்கின்றன
மதுவின் கண்ணிலிருந்து பளபளப்பு பிரகாசிக்கிறது.

எனது ஏழை முரட்டு அப்பா,
அங்கே வாழ்க்கையின் அச்சில்
நட்பின் ஆண்மையில் இருந்தார்.
அவரது கோப்பை நிறைந்திருந்தது.
அவரது வாழ்க்கை தொடர் போராட்டமாக இருந்தது.
அதிகாலை விழிப்புக்கும் பிரயாணங்களுக்கும் இடையில்
வருகைக்கும் புறப்பாடுகளுக்கும் இடையில்
ஒரு நாள், பிற நாட்களைவிட மழை வலுத்திருந்த ஒரு நாள்,
மரணத்தின் புகைவண்டியேறிப் போனார்.
திரும்பவில்லை, இதுவரை.

கவிதை

அந்த வயதில்தான்... கவிதை வந்து சேர்ந்தது
என்னைத் தேடி எனக்குத் தெரியாது, எனக்குத் தெரியாது
குளிர்காலத்திலிருந்தா, நதியிலிருந்தா
அது எங்கிருந்து வந்ததென்று.
எனக்குத் தெரியாது, எப்போது என்றோ? எப்படி என்றோ?
இல்லை. அவை குரல்களல்ல, சொற்களல்ல, மௌனமுமல்ல.
எனினும் ஒரு தெருவிலிருந்து அது என்னை அழைத்தது.
இரவின் கிளைகளிலிருந்து,
மற்றவர்களிடையேயிருந்து திடீரென்று,
பற்றியெரியும் நெருப்பின் மத்தியிலிருந்தோ அல்லது
நான் தனியாகத் திரியும்போதோ
முகமற்று இருந்த என்னைத்
தொட்டது அது.

என்ன சொல்வது என்று தெரியவில்லை எனக்கு.
பெயர்களுடன் பரிச்சயமற்றிருந்தது என் வாய்
குருடாயிருந்தன என் கண்கள்.
காய்ச்சலோ, மறந்துபோன சிறகுகளோ
ஏதோ என் ஆன்மாவில் துடித்தது
என் வழியை நானே அமைத்தேன்
அந்த நெருப்பைப் புரிந்துகொண்டு
மங்கிய முதல் வரியை எழுதினேன் நான்...
ஒளியற்றது அர்த்தமற்றது சுத்த முட்டாள்தனமானது
ஏழையொருவனின் சுத்தமான ஞானம்.

திடீரென்று கண்டேன் நான்:
கட்டுகளவிழுந்து திறந்த வானம்,
கோளங்கள்
துடித்துக்கொண்டிருக்கும் வயல்வெளிகள்
அம்புகள் பாய்ந்து துளை விழுந்த நிழல்
நெருப்பு மலர்கள்
சுருளும் இரவு, பிரபஞ்சம்
நானோ துளி ஜீவி -

மாபெரும் நட்சத்திர வெறுமையைப் பருகி போதையுற்றவன்.
சாயலின், புதிரின் பிரதிபிம்பத்தின் பங்காக
உணர்ந்தேன் என்னை.

நான் நட்சத்திரங்களுடன் சுழன்றேன்,
எனது இதயம் காற்றில் அவிழ்ந்து சிதறியது.

அநீதி

எனது நானை யார் கண்டுபிடிக்கிறார்களோ
அவர்களே
உங்களது நீங்களையும்
எனையும் எங்கேயையும் கண்டடைவார்கள்,
அதற்கும் முன்பே
அநீதியின் வரிசையைக் கண்டுபிடித்திருந்தேன்.
பசியென்பது
வெறும் பசியல்ல - மனிதனின் அளவு.
குளிரும் காற்றும்கூட மனிதனின் அளவுகளே.

நூறு பசிகளை உசுப்பிவிட்ட கர்வி
பின்னர் விழுந்தான்.
நூறாவது உறைபனி நாளில் புதைக்கப்பட்டான் பெத்ரோ.
அந்த ஏழைவீடு காற்றில் நிலைத்து நின்றது.
பிறகு
சென்டிமீட்டர், கிராம், கரண்டி, நாக்கு
எல்லாம் பேராசையின் அளவுகளென்று கண்டுபிடித்தேன்.
துன்புறுத்தியவன் சீக்கிரமே குழியில் விழுந்தான்;
பிறகொன்றும் தெரியவில்லை; வேறு அதிகமில்லை.
அதுதான் முடிவு, நிஜமான பரிசு, விருது, வெளிச்சம் வாழ்க்கை.

குளிரிலும் பசியிலும் வாடுவது
காலணிகளில்லாமலிருப்பது
நீதிபதி முன் அஞ்சுவது
மற்றவன் முன் அஞ்சுவது
வாட்களுடனோ மைக்குப்பிகளுடனோ இருப்பது
தோண்டுவது வெட்டுவது தைப்பது
ரொட்டி உற்பத்தி செய்வது கோதுமை பயிரிடுவது
மரத்துக்குத் தேவையான ஒவ்வொரு ஆணியையும் அடிப்பது
மண்ணை அகழ்ந்து அதன் குடல்களை வெளியே இழுப்பது
அதற்கும் அப்புறம்

நதியோடுவது மலையேறுவது குதிரையோட்டுவது
கப்பல்களுக்கு நங்கூரமிடுவது

ஓடுகளைச் சுடுவது கண்ணாடியை உலையில் ஊதுவது
துணிகளை வெளுப்பது
அவ்வாறே
ஒரு புதிய சாம்ராஜ்ஜியத்தை உருவாக்குவது.

கொடிகளில் திராட்சைகள் பளபளக்கின்றன

திருப்திதான் என்று மனிதன்
மனந் தணித்தாலும்
அல்ல; அது அப்படியல்ல.

நான்
துயரங்களின் விதிகளை
ரத்தம் படிந்த பொன் மகுடங்களை
விபச்சார சுதந்திரத்தை
மேல்கோட்டு இல்லாத நிலத்தை
காயம்பட்டுக் கசியும் இதயத்தை
கண்ணீரற்று உலர்ந்து கற்கள் விழுந்ததைப்போல
இறந்தவர்களின் ஓசையைக்
கண்டுபிடித்துக்கொண்டிருந்தேன்.

பிறகு
குழந்தையாயிருப்பதிலிருந்து விடுபட்டேன்
ஏனெனில்
நான் அப்போது புரிந்துகொண்டேன்
எனது மக்களுக்கு வாழ்க்கை அனுமதிக்கப்படவில்லை;
மரணமும் விலக்கப்பட்டிருந்தது அவர்களுக்கு.

கவிதை - உணவு

கவிதை, என் பூர்வீகச்சொத்து,
பசியோடு, வழிகாட்ட எவருமின்றி
உனது பூமிக்கொடையை,
நிலவின் ஒளியை,
கோதுமையின் ரகசியத்தைக்
கண்டுபிடித்துக்கொண்டேயிருக்க
எனக்கு அது அவசியம்.

தனிமைக்கும் கூட்டத்துக்கும் நடுவில்,
தெருக்களிலோ
கானகங்களிலோ
கற்களினடியிலோ
புகைவண்டிகளிலோ
தொலைந்துகொண்டேயிருக்கிறது அந்தச் சாவி.

முதல் அறிகுறி ஓர் இருண்டநிலை
ஒரு தம்ளர் நீரில் ஆழ்ந்த குதூகலம்
எதையும் புசிக்காமல் நிறைந்த வயிறு
இதயம் கர்வம் நிறைந்த யாசகன்.

வாசிப்பவனும் நீயும் ஒன்றாகும் வரை
உனது வாய் மூலம் தண்ணீர் ஒரு குரலைக் கண்டடையும் வரை
சலிப்பின் கல்லை செதுக்கித்தள்ள
ஆன்மாவின் இரும்பைக் கரைக்க
மகிழ்ச்சியற்ற அற்புதங்களால் நிரப்பப்பட்டவை போல
புத்தகங்கள் அநேக விஷயங்களைக் குறிப்பிடுவதில்லை.

நாளை வியாழக்கிழமையென்பதால் இது எளிது;
எனினும்
மறுபடியும் பிறப்பதைவிடவும் கடினம்.
ஒரு விநோதமான பணி உனக்காகக் காத்திருக்கிறது
நாம் அதைத் தேடும்போது மறைந்துகொண்டேயிருக்கிறது,
சிதிலமான கூரையுள்ள ஒரு நிழல்
அதன் ஓட்டைகள் வழியே நட்சத்திரங்கள் மின்னுகின்றன.

காதல்: தெரூசா

வருடங்கள் வந்து சேர்கின்றன, நான்கு எண்கள்.
நான்கு அதிருஷ்டப் பறவைகளைப் போல்,
வெற்றுக் காலத்தின் பின்புறத்தில், ஒரு கம்பி மீது அமர்ந்து

ஆனால் இப்பொழுது
அவை பாடிக்கொண்டிருக்கவில்லை.
அவை விளைச்சலைத் தின்றுவிட்டன.
அவை வசந்தத்தைத் தோற்கடித்துவிட்டன,
அந்த வசந்தத்தை
மலருக்குப் பின் மலரைத் தோற்கடித்துவிட்டன
மிஞ்சியதெல்லாம், இந்த அகண்ட வெளி.

இப்போது என்னைச் சந்திக்க வருகிறாய்
எனது ஒரு காலத்திய காதலியே, என் அன்பே,
நான் பார்க்க முடியாத பெண்ணே.
புல்வெளியில் என்னோடு இன்னொருமுறை கிடக்க
உன்னைக் கெஞ்சுகிறேன்.

இப்போது
உன்முகம் மாறிவிட்டதாகத் தோன்றுகிறது எனக்கு
இந்த வருகையில்
டெமூகோவின் நட்சத்திரக் குளிரில்
என் கை அளையும் ஆச்சரியகரமான உன் கூந்தலின் கரியை
ஏன் சாம்பலால் மூடினாய்?
எங்கே போயின உன் கண்கள்?
நான் நான்தானா என்று அறிய? ஏன் என்னை
உற்றுப் பார்க்கிறாய்
எங்கே விட்டுவந்தாய் உன் பொன்னுடலை?
உனது விரியும் கைகளும்
உனது மல்லிகைப் பிரகாசமும் என்ன ஆயிற்று?

என் வீட்டிற்குள் வா என்னோடு கடலைப் பார்
அலைகள் ஒன்றன் பின் ஒன்றாக,
நமது வாழ்க்கை முடிந்துவிட்டது,

சிதைந்து போனது வெறும் நுரை மட்டுமல்ல
செர்ரிகள், காய்கள்
காலக் கோப்பையின் உதடுகள்.
போய் வா! இப்போது உன்னை வேண்டுகிறேன்.
நிலவின் கீழ் உனது மஞ்சள் சிம்மாசனத்திற்குத் திரும்பிப்போ.
உனது பூங்கொடிகள் படர்ந்த உப்பரிகைக்குத் திரும்பிப்போ.
உனது எரியும் சாயலைப் புதுப்பித்துக் கொள். உன் கண்களை,
அந்த மற்ற கண்களுக்குப் பொருத்தமானதாகச் செய்,
மெல்ல மெல்ல அந்த ஒளிரும் உருவத்துக்கு உன்னை
மாற்றிக்கொள்.
ஆழமாய் ஆழமாய் அதற்கு உன் புன்னகையுடன் போ.
அதன் நிச்சலனத்திலிருந்து -
அந்த இடத்தில்
அந்த நேரத்தில்
ஒரு முறை உன் மலரும் இதயத்தில் இருந்தவனைப் போல
மறுபடியும் நான் உன்னைச் சந்திக்கும் வரை
என்னைப் பார்த்துக்கொண்டிரு.

காதல்: ஜோஸி பிளிஸ்

என்ன ஆனாள் அந்த ரோஷக்காரி?
முலாம் பூசிய அந்த நகரத்தை எரித்த யுத்தம்
அவளையும் மூழ்கடித்துவிட்டதா?
அப்படியானால்
அவளுடைய எழுதப்பட்ட மிரட்டல்களோ
அவளுடைய மின்சார வசவுகளோ
அந்தத் தொலைதூரப் பகுதியில்
அநேக நாட்களில் செய்ததுபோல
மறுபடியும் வதைக்க
என்னைத் தேடிவராது.
காலமும் மறதியும்
ஒன்றின்பின் ஒன்றாக அவற்றைக் கவனித்துக்கொள்ளும்.
கடைசியில் அவள் மரணமென்ற மோசமான வார்த்தையால்
பெயரிடப்படுவாள்.
ஜோஸி பிளிஸ், கறுத்த மண்ணில்
அவளுடைய ஆங்காரத்துடன் இளைப்பாறுவாள்.

நானில்லாத வருடங்களில்
சுருககத்துக்குமேல் சுருக்கம் கூடியிருப்பாள்;
நான் அவளுக்குத் தந்த வேதனையால்
அவள் முகத்தில் சுருக்கம் கூடியிருக்கும்.
ஏனெனில், அவள்
உலகத்தின் மறுபக்கத்தில்
எனக்காகக் காத்துக்கொண்டிருந்தாள்.
ஒருபோதும் வரவேயில்லை நான்.
காலிக்கோப்பைகளில் என் மௌனம் விரயமாகியிருக்கலாம்
ஆளற்ற உணவுக்கூடத்தில் என் தூரக் காலடியோசை
விரயமாகியிருக்கலாம்.
நிதானமான சலனத்துடன்
ஒரு கண்ணாடிக் கூட்டுக்குள் நீந்துவதுபோல்
நீரினூடே அவள் என்னைச் சாகும்வரை பார்த்திருக்கலாம்.
அவளுடைய பார்வை நிலைகுத்திய வெளிறிய தீவில்
என்னைத் தழுவ முடியாமலிருந்தாள்

ஒவ்வொரு நாளும் என்னை இழந்துகொண்டிருந்தாள்,
கடைசியாக அவள் கண்களை மூடும் வரை -
அது எப்போது?
காலமும் மரணமும் அவளை மறைக்கும் வரை -
அது எப்போது?
வெறுப்பும் காதலும் அவளைச் சுமந்துசெல்லும் வரை -
அது எங்கே?
சென்று பார்க்காதபோதும்
ரோஷத்தாலும் இரத்தத்தாலும்
வஞ்சனையாலும் மல்லிகைகளாலும்
என்னைக் காதலித்து
நானில்லாத தீவை வெறித்துக்கொண்டிருந்தாள்.

இப்போது
ரங்கூனின் மகாமயானத்தில்
அவள் நிம்மதியற்று இளைப்பாறலாம்.
அல்லது
கண்ணீருடன் அவளிடம் நான் சொன்னவற்றை
நதி முணுமுணுத்துக்கொண்டிருக்கையில்
ஐராவதிக் கரையில் பிற்பகல் முழுவதும்
அவளை எரித்துக்கொண்டிருக்கலாம்.

காதல்: டேலியா

டேலியா,
உண்மையை நோக்கித் திறந்த ஜன்னலில் வெளிச்சம்;
தேனூறும் மரங்களுக்கு வெளிச்சம்.
அவளது ஒளிபொருந்திய அறிவும்
எனது வேதனைகளின் அசௌகரியமான அறையைப்
பகிர்ந்துகொண்ட இனிமையும்
நமது காயமடைந்த வருடங்களில் மிஞ்சியிருக்கிறதா?
நானறியாமல் கடந்துபோயிற்று காலம்.

எனக்கு நினைவிருப்பதோ,
இரத்தம் தேடிய ஏழு வாள்கள் என்னைத் துளைத்ததும்
எனது இதயத்தை மறதி அகழ்ந்ததும்.
டேலியா, அங்கெல்லாம்
உனது மனத்தின் ஒளிரும் நிலவு
எனது துக்கத்தைத் தடுத்து நிறுத்தியது.

ஒரு ஆப்பிள் இதயத்துடன்
உனது பரந்த தேசத்திலிருந்து நீ வந்தாய்.
பொன் தானியம் போலப் பரவினாய்
அதன் மாவு மாறும்போது மாறினாய்
புல்வெளிமீது விழும் மழைத்துளியைப்போல
மென்மையானது எதுவுமில்லை.
துளிகள் மெல்ல விழுகின்றன...
வெளியும் சாணமும் மௌனமும்
ஏற்றுக்கொள்கின்றன அவற்றை.
ஆகாய வயலினுக்குக் கீழே
நனைந்த வெளியில்
திடீரென்று கலைந்தோடும் மந்தை
சரிந்திறங்குகிறது.

அங்கிருந்து
குளிர்காலத்தில்

இரங்கல்கோட்டில்* மிஞ்சிய ரோஜா மணம்போல
சட்டென்று உன்னை அடையாளம் கண்டேன்,
நீ என்னோடு இல்லாமலிருந்தாலும்
ஒரு சுவடாகவோ
பூவிதழின் துல்லிய நிழல்போலவோ
பளபளப்பான வாள்போலவோ
என்னுடனேயே இருந்தாய்.

யுத்தம் வந்தது பின்னர்.
கதவருகில் சந்தித்துக்கொண்டோம் நாம்.
தனது மரணத்தைப் பாடிக்கொண்டே போனாள் ஒரு கன்னி
பனிமூட்டத்துக்கு மேலாக
துப்பாக்கி வெடிப்பின் நீலப்புகை.
ஆனால் உடனேயே
நமது நொறுங்கிய ஜன்னல்கள்
புத்தகங்களுக்கிடையில் குத்திட்டு நின்றன
தெருக்களில்
புதிய ரத்தக் குளங்கள்.
உறங்கப்போயின தோத்திரங்கள்
ராணுவத்தின் கனத்த நடமாட்டத்தில்
பூமி அதிர்ந்தது
மரணம்
ஒவ்வொரு மலராக உதிர்த்தது.

நமது காதல் திரும்பி வரவே இல்லை
கண்ணீரில்லாத அந்தக் காலம்
கசப்பானது.
அப்புறம் அப்புறம்
கண்ணீர் வந்தது.
தோல்வியில்
ஒரு பெரும் கல்லறை திறந்துகொண்டிருந்ததை
நாம் அறியவில்லை.
நாடுகளும் நகரங்களும்
அதற்குள் சரிந்துகொண்டிருந்தன
அவை நமது பழைய வடுக்கள்.

---

* துக்க நிகழ்ச்சியில் அணியும் கோட்

துக்கத்தையும் சாம்பலையும் பாதுகாக்கிறோம் நாம்.

இப்போது
மாட்ரிட்டின் வாசல்கள் வழியே
நமது
இறந்துபோன நண்பர்களின்
நாடுகடத்தப்பட்ட நண்பர்களின்
மண்டையோடுகள் நிறைந்த பாரவண்டிகளுடன்
மூரின் படையும் ஃபிராங்கோவின் படையும் வருகின்றன,

டேலியா,
வாழ்க்கை விருட்சத்திலிருந்து நெருப்புக்குள் உதிர்ந்த
ஏராளமான இலைகளிடையே நீ.
பனித்துளியையோ
ஆக்ரோஷக் காற்றில் அகப்பட்ட புறாவையோ போன்றது
உன் நன்மை.

உறக்கமின்மை

நள்ளிரவில் விழித்தெழுந்து என்னையே கேட்டுக் கொள்கிறேன்?
என்ன நேரும் சிலிக்கு?
எனது ஏழை தேசம், இருண்ட தேசம் என்னவாகும்?

இந்த நீண்ட மெல்லிய கப்பலை,
இந்தக் கற்களை,
இந்தச் சிறு வயல்வெளிகளை,
நுரைகளுக்கிடையே வாழும் வாடாத ரோஜாவை
அளவற்று நேசித்து
எனது தேசமும் நானும் ஒன்றானோம்
அதன் புதல்வர்கள் ஒவ்வொருவரையும் சந்தித்தேன்
அழுகையுடனோ மலர்ச்சியுடனோ
பருவங்கள் என்னுள் ஒன்றன் பின் ஒன்றாய்த் தொடர்ந்தன
சந்தேகம் இறந்த வருடம் மெல்ல முடிவடைகிறது.
நம் எல்லோரையும் இரத்தம் சிந்தச் செய்த
தவறுகள் முடிவடைகின்றன.
ஒரு சிறந்த வாழ்க்கையை, நியாயமான வாழ்க்கையை
மறுபடியும் திட்டமிட்டுத் தொடங்குகிறோம் நாம்.
தொல்லை மீண்டும் தோன்றுகிறது -
அவர்கள் மீது எழுகிறது குரோதம்.

ஒவ்வொன்றும் புதிதாய் இருந்தது எனக்கு. இந்த முழுக் கிரகமும்
வெறும் வயோதிகத்தால் இறந்துகொண்டிருக்கிறது.
ஆனால், ஒவ்வொன்றும் நான் பரிசோதிக்கத் திறந்து
கொண்டிருந்தது.
அந்த மின்னல் வீச்சை நொடிநேரம் பார்க்க
எனது சிறிய கண்களுடன்
கசப்புத் திரை உயர்ந்து கொண்டிருப்பதைப் பார்த்தேன்.
நிரந்தரமான புன்னகையுடன் உலகியல்
புன்னகையுடன் உயர்ந்து கொண்டிருப்பதைப் பார்த்தேன்
ஐரோப்பா மீது திரை விலகுவதைப் பார்த்தேன்.

பூமியே, எனக்காகக் காத்திரு

சூரியனே!
என்னை எனது கானக வாழ்க்கைக்குத் திரும்பக் கொண்டுபோ.
புராதன வனங்களின் மழையே,
உனது நறுமணங்களைத் திரும்பக் கொடு.
ஆகாயத்திலிருந்து உதிர்ந்த
உனது வாள்களைத் திரும்பக்கொடு.
பாறைகள், புல்வெளிகளின் தனிமையான அமைதியை,
நதிக்கரைகளின் ஈரத்தை,
தேவதாரு மரத்தின் வாசனையை,
பிரம்மாண்டான அரவ்காரியாவின்
ஒன்றுதிரண்ட அமைதியின்மையில் ஓர் இதயம்போல
உயிர்த்துடிப்புடன் வீசும் காற்றைக் கொடு.

பூமியே!
உனது தூய பரிசுகளைத் திரும்பக் கொடு.
வேர்களின் புனிதத்திலிருந்து எழுந்த
மௌனத்தின் கோபுரங்களைத் திரும்பக் கொடு.
நான் எதுவாக இருக்கவில்லையோ அதற்குத் திரும்பப் போக
பயில வேண்டும்
இயற்கையின் சகல வஸ்துக்களுக்கும் இடையில்
நான் வாழவும் சாகவும் முடிய வேண்டும்.
கற்களுக்கிடையில் இன்னும்
ஒரு கல்லாக இருப்பதில் பாதகமில்லை -
இருண்ட கல்லாக
நதி புரட்டிச் செல்லும் தூய கல்லாக.

கீழை நாடுகளில் மதம்

அங்கே ரங்கூனில் நான் உணர்ந்தேன்
பெருங்கடவுளைப் போலவே
கடவுள்களும் எளிய மனிதனின் பகைவர்கள் என்று.
வெள்ளைத் திமிங்கிலங்கள்போல
சலவைக் கல்லில் விஸ்தரிக்கப்பட்ட
கடவுள்கள்,
தானியக் கதிர்கள்போலப் பொன்முலாம் பூசப்பட்ட கடவுள்கள்.
பிறப்பின் குற்றத்தில் பிணைந்த பாம்புக் கடவுள்கள்.
கொடூரச் சிலுவையில் தொங்கும் கிறிஸ்துவைப்போல
வெற்று நித்தியத்துவத்தின் மதுபான விருந்தை எண்ணிப்
புன்னகைக்கும்
அழகான, நிர்வாண புத்தர்கள்
அவர்கள் எல்லோரும் எல்லாமும் செய்ய வல்லவர்கள்,
அவர்களுடைய சொர்க்கத்தை நம் மீது திணிக்க
பக்தியைக் கொள்முதல் செய்ய அல்லது
நமது இரத்தத்தைக் கொதிக்க வைக்க
தங்கள் கோழைத்தனத்தை மறைத்து வைக்க
மனிதர்களால், உருவாக்கப்பட்ட கொடூரக் கடவுள்கள்.
அங்கேயும் இவை இவ்வாறே!
பூமி எங்கும் சொர்க்கத்தின் துர்நாற்றம்
சொர்க்கத்தின் வியாபாரச் சரக்குகளின் துர்நாற்றம்

ஞாபகம்

நான் எல்லாவற்றையும்
நினைவுபடுத்திக்கொள்ள வேண்டியிருக்கிறது.
அறிந்துகொள்ள வேண்டியிருக்கிறது, புல்லின் மடல்களை,
விகாரமான சம்பவத்தின் சரடுகளை,
வீடுகளை, அங்குலம் அங்குலமாக,
நீண்ட தண்டவாளங்களை,
வேதனை நெய்த முகத்தை.

ஒரு ரோஜாச் செடியைத் தவறாகப் புரிந்துகொண்டாலும்
இரவை ஒரு முயலுடன் குழப்பிக்கொண்டாலும்
என் நினைவில் ஒரு முழுச்சுவர் இடிந்து விழுந்தாலும்
நான் எல்லாவற்றையும் உயிர்ப்பிக்க வேண்டும்.
நீராவியை, பூமியை, இலைகளை,
மயிரை, செங்கற்களை,
அது போலவே என்னைக் குத்திக் கிழித்த முட்களை
தப்புதலின் வேகத்தை.

கவிஞன் மீது இரக்கப்படுங்கள்
நான் எப்போதும் விரைவில் மறந்துவிடுபவனாக இருந்தேன்
எனது இந்தக் கைகளால் வாரியெடுத்தவை.
தொடமுடியாத ஒன்றுக்கொன்று தொடர்பற்ற பொருட்கள்.
இருப்பின்றிப் போனால் மட்டுமே
ஒப்பிடக் கூடியவை.
புகை நறுமணம் போலிருந்தது.
நறுமணம் புகை போலிருந்தது.
என் முத்தங்களால் விழித்தெழுந்த
உறங்கும் உடலின் சருமம் போல.

ஆனால் நான் கண்ட கனவின்
தேதியையோ அல்லது பெயரையோ கேட்காதீர்கள் -
அது எந்த தேசத்தையும் சென்றடையாத பாதை...
அதன் நீலத்தை அளக்க முடியவில்லை என்னால்.
பகற் பொழுதில் மங்கி
இரவில் அலைந்து திரியும் விண்மீன் போலப் பிரகாரசமான
உண்மையையும்

நான் இங்கே இருக்கிறேன்

வெண்மையும் குளிருமான
தெளிந்த நாள்.
சுத்தமாகக் கழுவப்பட்ட மணல்.
கடலில் சுருளும் நுரை.
அந்த அளவிட முடியாத தனிமையில்
எரிந்துகொண்டேயிருக்கிறது
என் சுதந்திரத்தின் சுடர்.

ஆனால்
நான் விரும்பிய உலகம் இதுவல்ல.

கடைசியில் அங்கே ஒருவரும் இல்லை

கடைசியில் அங்கே ஒருவருமில்லை,
இல்லை, குரல்களில்லை, வாயில்லை,
கண்களில்லை, கைகளில்லை, கால்களில்லை,
எல்லாம் போயிற்று.
நிர்மலமான நாள் ஒரு வளையம்போல ஓடுகிறது
குளிர்ந்த காற்று ஒரு நிர்வாண உலோகம்
ஆம்; உலோகம், காற்று, தண்ணீர்,
ஒரு மஞ்சள் நிற மலர்ச்சி, ஓர் அடர்ந்த கூட்டம்.
இன்னும் அதிகம் பூமியில் அதன் நறுமணப் பிடிவாதம்
அது பூமியின் தூய பூர்வீகச் சொத்து.

எங்கே இருக்கிறது உண்மை?
கதவுகளின் அணிவகுப்பில் காணாமற் போகிறது சாவி.
மற்றவற்றின் இடையில் மறுபடியும் கண்டுபிடிக்க முடியாமல்
அங்கேயே கிடக்கிறது அதன் பூட்டு.

அதனால் முடிவில்
சாவியையோ உண்மையையோ பொய்யையோ
தொலைப்பதற்கு எங்கும் இடமில்லை.

இங்கே
தெருக்களில்லை, எதற்கும் கதவில்லை
ஓர் அதிர்ச்சிக்கு மட்டுமே திறந்துகொள்கிறது மணல்
முழுக்கடலும் திறந்துகொள்கிறது
மொத்த மௌனமும் திறந்துகொள்கிறது
வெளி அதன் மஞ்சள் பூக்களுடன் திறந்துகொள்கிறது
பூமியின் குருட்டு நறுமணம் திறந்துகொள்கிறது

அங்கே வழிகளில்லை - எனவே
யாரும் வரப்போவதுமில்லை
தனிமை மட்டும்
ஒரு மணியின் பாடல்போல ஒலித்துக்கொண்டிருக்கும்.

என் மக்கள்

நான் சொன்னேன்: "நேற்று இரத்தம்.
வந்து பாருங்கள் போரின் இரத்தத்தை"
ஆனால்
இங்கே வேறாகயிருந்தது.
துப்பாக்கிக் குண்டுகளின் ஓசையில்லை.
மரணத்தை நோக்கிச் செல்லும்
ராணுவநதியின் ஓசையை
இரவுகளில் கேட்டதில்லை.

கம்யூனிஸ்டுகள்

கல்லுக்கும் இரும்புக்கும் கட்டுப்பாட்டுக்கும்
நமது ஆன்மாவைக் கொடுத்தவர்கள் நாம்.
நாம் வாழ்வது அன்பால் மட்டுமே.
இருளடைந்த கிரகணச் சந்திரனால்
நட்சத்திரம் சிதறுண்டபோது
நாம் இரத்தம் கசிந்தோமென்று
எல்லோருக்கும் தெரியும்.

இப்போது நீங்கள் தெரிந்துகொள்வீர்கள்
நாங்கள் யாரென்று?
நாங்கள் என்ன நினைக்கிறோமென்று?
இப்போது நீங்கள் தெரிந்துகொள்வீர்கள்
நாங்கள் என்னவாக இருக்கிறோமென்று?
நாங்கள் என்னவாக ஆவோமென்று!

நாங்கள்
மண்ணின் தூய வெள்ளி
மனிதனின் தூய தாது.
சகல நம்பிக்கைகளையும் வலுவாக்கும்விதம்
கடலின் முடிவற்ற இயக்கத்தை வெளிப்படுத்துகிறோம்.
ஒரு கணம் இருட்டிலிருப்பதாலேயே
குருடாவதில்லை நாங்கள்.
வேதனை எதுவுமில்லாமலேயே மரிப்போம் நாங்கள்.

கொடி

எனது கொடியின் நிறம் நீலம்;
அதில் துள்ளுகிறது ஒரு மீன் சின்னம்.
மடக்கவும் விரிக்கவும் இரண்டு வளையங்கள் அதில்.
குளிர்காலத்தில் காற்று வீசியடிக்கும்போது
இந்த அத்துவான வெளியில்
யாருமற்ற நேரத்தில் எனது கொடி சாட்டைபோல்
சொடுக்குவதையும் உயிருள்ளதுபோல
மீன் ஆகாயத்தில் நீந்துவதையும் காணவிரும்புகிறேன்.

ஆனால், எதற்கு இந்த மீன்? கேட்கிறார்கள் என்னிடம்.
மாந்திரீகக் குறியீடா?
ஆமாம் என்பேன். அது மச்சாவதாரம்.
அதி புராதனம். முடிவற்ற உருவம்.
ஒளியின் வடிவம். அது முதல்தரமான பொரித்த மீன்.

- அது தவிர வேறில்லையோ?
- வேறு எதுவுமில்லை.

எனினும், கடுங்குளிர் காலத்தில் மீன் சின்னக் கொடி
காற்றில் அசைகிறது. குளிரால்
காற்றால் ஆகாயத்தால் நடுங்குகிறது.

புத்தகத்தின் மீதான காதல்

இந்தத் தனிமைப் பிரதேசங்களில்
மகிழ்ச்சியான ஒரு கருவிபோல
மிதிக்கப்படாத புல் தனது விதைகளைச் சிதறுவதுபோல
பனித்துளிகளில் உருண்டு புரளும் நாய்போல
நான் வலிமையோடிருந்தேன்.
மெட்டில்டே,
வேறு ஒரு சருமத்தையும்
வேறு விரல் நகங்களையும்
வேறு கண்களையும்
கசக்கியும் எரித்தும் காலம் கடந்துபோகும்.
நமது முரட்டுப் பாறைகள் மேல்
பாசி படரும்.
அலைகள்
முடிவற்று தமது வெண்மையை உருவாக்கும்.
நமது விதி பற்றிய கவலையின்றி
அவையனைத்தும்
நாமில்லாமலேயே உறுதியாகும்.
அவையனைத்தும்
நாமில்லாமலேயே புதிய நாட்களுக்குத் தயாராகும்.

கடற்பறவையின் தொலைந்துபோன குரலையும்
நமது முகங்களில் வெட்டியடிக்கும் காற்றின் வீச்சையும் தவிர
நாம் இங்கே எதைவிட்டுச் செல்வது?
இவை
பிரகாசமான நட்சத்திர இதயம்போல
தூய்மையின் ஒளியில் நம்மை விறைப்பாக இருக்கச்செய்கிறது.

பறவையிருக்கும் உயிர்ப்புள்ள கூட்டையோ
அல்லது
இறுகிய மலைத்தொடரின் மரக்கொம்புகளில்
வெறிச்சோடியிருக்கும் கூட்டையோ தவிர
நாம் இங்கே எதை விட்டுச் செல்வது?
இந்த பூமியின்

இந்த மண்ணின்
அதன் இறுக்கத்தின்
எதிர்பார்ப்புதான் வாழ்க்கையென்றால்
எனது கடமையைச் செய்யாமலிருப்பதிலிருந்து
என் அன்பே,
என்னைக் காப்பாற்று.
பசித்த பூமிக்கடியில்
எனக்கென்றிருக்கும் இடத்துக்கு
என்னைத் திரும்ப அனுப்ப உதவு.

கடலிடம்
அதன் ரோஜாவை
அதன் திறந்த நட்சத்திரத்தை
அதன் கசப்பு ஸ்பரிசத்தைக் கேட்டோம்.
காற்றிலிருந்து திரட்டிய சுதந்திரத்தை
பாரம் சுமப்பவனுக்கும்
சக மனிதனுக்கும்
காயம்பட்டவனுக்கும் கொடுத்தோம்.
தாமதமாயிற்று இப்போது.
ஒருவேளை
தேனின் நிறமும் நீள நிறமுமான
நீண்ட நாள் இதுவா?
ஒருவேளை
இமைகளற்ற இரவு
நம்மைச் சூழ்ந்த கடலின் அளவுபோன்ற இறந்த பார்வை.
இந்தப் பிரதேசத்தில்
ஒரே ஒரு முத்தத்தை மட்டுமே பார்த்தோம்.
கடல்நுரைக்கும் வேர்களுக்கும் நடுவில் அலைந்தபடி
பிடியில் ஒதுங்காத காதல் மட்டும்
இங்கே மிஞ்சியிருக்கும்.

வினை

நான் இந்தச் சொல்லைக் கசக்கப்போகிறேன்
இதை முறுக்கப்போகிறேன்
ஆமாம்,
ஒரு பெரிய நாயின் நாக்கைப்போலவோ
ஆண்டாண்டுகளாக
ஒரு பெரிய நதியின் நீரால் கழுவப்பட்டதுபோலவோ
மிக மென்மையாக இருக்கிறது.

இரும்புத்தாது போலவோ
மண்ணின் பற்களில்லாத வலிமைபோலவோ
வெளிப்படையாகப் பேசுகிற,
பேசாதவர்களின் இரத்தம்போலவோ
சொல்லில் இறுக்கத்தைக் காண விரும்புகிறேன்.

ஓசைகளின் ஆழத்தில்
தாகத்தைக் காண விரும்புகிறேன்
ஒலிகளில்
நெருப்பைத் தொட விரும்புகிறேன்
ஓர் அலறலின் இருளை உணர விரும்புகிறேன்
கன்னிக் கற்கள்போன்ற
முரட்டுச் சொற்களை விரும்புகிறேன்.

வியத்நாமில்...

போருண்டாக்கியது யார்?

நேற்றைக்கு முந்தைய நாளிலிருந்து
தகர்த்துக்கொண்டேயிருக்கிறது.

எனக்குப் பயமாக இருக்கிறது

சுவர்மீது மோதும் கல்போல
இரத்தத்துடன் மோதும் இடிபோல
இடிந்துவிழும் மலைபோல
தகர்த்துக்கொண்டேயிருக்கிறது.
இந்த உலகம்... அதை
நான் உருவாக்கவில்லை
நீங்களும் உருவாக்கவில்லை
அவர்கள் உருவாக்கினார்கள்.
இந்த உலகத்தை
கொடூர விரல்களால் அச்சுறுத்துவது யார்?
அது சிரச்சேதம் செய்யப்பட விரும்புவது யார்?
அது பிறக்கவே இல்லையா?
அல்லது
அது பிறந்ததுமே கொல்வது யார்?

சைக்கிள்காரன் பயப்படுகிறான்
கட்டிடக் கலைஞனும் பயப்படுகிறான்
குழந்தையை ஏந்திய தாய் பயப்படுகிறாள்
அவளது மார்பகங்கள் சேற்றில் புதைகின்றன
குகையில் உறங்குகிறாள் இந்தத் தாய்...
திடீரென்று போர்
பெரிதாக வந்துசேர்கிறது போர்
முழு நெருப்புடன் வந்துசேர்கிறது
ஏற்கனவே இறந்துபோனார்கள்
மார்பில் கட்டிக்கொண்ட பாலுடன் தாயும் மகனும்
இறந்துபோனார்கள்.

அவர்கள் சேற்றில் இறந்தார்கள்.

வேதனையே,
அன்று முதல் இப்போது வரை
பாட்டும் வெடியோசையும் முழங்கும் கோவில்களில்
சேற்றில் புதைந்து யாரேனும் இறந்திருக்கலாம்.
புனிதமான கடவுளே,
நீ வாழ்ந்திருக்கும்போதோ
அதற்கும் முன்போ
உன்னிடம் சொல்லப்பட்டிருந்தாலோ...
குறைந்தது
உன் உறவினரிடமோ உறவல்லாதவரிடமோ
அவர்கள் கிசுகிசுத்திருந்தாலோ...

நேசப் புன்னகையின் குழந்தைகள்
மனித விந்தின் குழந்தைகள்
நறுமணத்தின் குழந்தைகள்...
ஒரு புதிய திங்கள்கிழமையில் புதிய சட்டையுடன்...

என்ன நடக்கிறதென்று தெரியாமல்
திடீரென்று இறந்துபோக நேர்ந்தது.

அவர்களேதான்
நம்மைக் கொல்ல வரும் அவர்களேதான்
அவர்களேதான்
நம்மை எரிக்கவரும் அவர்களேதான்
அவர்களேதான்
வெற்றியாளர்களும் தற்புகழ்ச்சிக்காரர்களும்
அதிகம் குதூகலிப்பவர்களும்
அதிகம் அபகரித்துக்கொண்டவர்களும்
அவர்களேதான்
இப்போது
நமக்குள்ளிருக்கும் உலகத்தைக் கொல்ல
வான்வழியே
வருகிறார்கள்... வருவார்கள்... வந்தேவிட்டார்கள்.

தந்தை தாய் குழந்தைப் பிணங்களாலான
ஒரு குட்டையை விட்டுப்போனார்கள்.

அதில்
நமது இரத்தத்தையும் எலும்புகளையும் தேடுவோம்
வியத்நாமின் சேற்றில் அவர்களைத் தேடுவோம்
ஏராளமான மற்ற எலும்புகளுக்கிடையில்
அவர்களைத் தேடுவோம்
எல்லா எலும்புகளும் உருகிக் கரிந்திருக்கின்றன.
அந்த எலும்புகள் இனி
யாருடைதுமல்ல; ஆனால் ஒவ்வொருவருடையதும்.

நமது எலும்புகள் எரிக்கப்பட்டுவிட்டன
மரணத்தில் உன் மரணத்தைக் காத்திரு
ஏனெனில்
அவர்கள் உன்னையும் துரத்திக்கொண்டிருக்கிறார்கள்
விதிக்கொடுமை என்னவென்றால்
அதே சேற்றுமண்ணை
உனக்காகவும் கொண்டுவந்திருக்கிறார்கள்.

கியூபா எழுகிறது

சித்திரவதைகளும் இருளும்
சுதந்திரக் காற்றை ஊதியணைக்கும்போது
கடற்பாறைகளுக்கிடையில் நீங்கள் காண்பது
அலைநுரையல்ல, இரத்தம்.
அப்போது
ஃபிடலின் கை நீண்டு வருகிறது - அதில்
கரீபியாவின் தூய ரோஜாபோல கியூபா.
அவ்வாறாக
இருப்பதை மாற்ற மனிதனால் முடியுமென்று
வரலாறு தன் வெளிச்சத்தால் கற்பிக்கிறது.
தூய்மையைப் போர்க்களத்துக்குச் கொண்டுசெல்லும்
அவனது பெருமிதத்தில்
புனித வசந்தம் மலருமென்று கற்பிக்கிறது.

எதேச்சாதிகாரியின் இரவு பின்னொடுங்குகிறது
அவனுடைய கொடூரம்
அவனது உணர்ச்சியற்ற கண்கள்
அவனது நகங்களால் சுரண்டப்பட்ட பொன்
அவனது கூலிப்படை
மனிதர்களைத் தின்னும் அவனது நீதிபதிகள்
சித்திரவதையும் அவமதிப்பும் குற்றங்களுமாக
அவன் எழுப்பிய நினைவுச் சின்னங்கள்
ஒவ்வொன்றும்
இறந்தவர்களின் புழுதியில் விழுகின்றன.
வயலின்களுக்கு சுருதிசேர்த்து பாடிக்கொண்டு
மக்கள் முன்னேறும்போது
நிழல்களால் காவல் நாய்களின் வெறுப்பைத் தடுக்கும்போது
பாடல்களால் நடத்திரங்களை எழுப்பும்போது
துப்பாக்கிகளால் இருட்டைத் துளைக்கும்போது
ஒவ்வொன்றும்
புழுதியில் விழுகின்றன.
அவ்வாறு

நிழல்களை வெட்டித் தள்ளிக்கொண்டு
ஃபிடல் முன்னோக்கி வருகிறார்,
எனவே
மல்லிகை மரங்கள் உதிக்கும்.

இவ்வாறு என் வாழ்க்கை

எனது பாடலும் எனது கடமையும் இணைந்து நகர்கின்றன
நான் இருக்கிறேன் நான் இல்லாமலிருக்கிறேன்:
அதுவே எனது வீதி.
துன்புறுபவர்களின் வேதனையைக் கவனிக்கவில்லையென்றால்
நான் இல்லாமற்போகிறேன்: அவை எனது வேதனைகள்.
எல்லோருக்காகவும் வாழவில்லையென்றால் நான் இல்லை.
நான் மக்களிடமிருந்து வருகிறேன்;
அவர்களுக்காகப் பாடுகிறேன்.
எனது கவிதை பாடலும் தண்டனையும்.
இருட்டைச் சேர்ந்தவன் நான்:
என்று விளிக்கப்படுகிறேன்; ஆனால்
நான் ஒளியை நோக்கி நடக்கிறேன்.
நான் ரொட்டியின் மனிதன், மீனின் மனிதன், என்னை
புத்தகங்களுக்கு இடையில் காண முடியாது நீங்கள்; ஆனால்
பெண்களுடனும் ஆண்களுடனும் காணலாம். அவர்களே
அளவில்லாமல் கற்றுக்கொடுத்தவர்கள்.

என்னை மன்னிக்கவும்

என்னை மன்னிக்கவும்,
எனது வாழ்க்கைக் கதையை
எப்போது சொல்லவிரும்பினாலும்
நிலத்தைப் பற்றியே பேசுகிறேன்.
இதுதான் அந்த நிலம்.
அது உன் ரத்தத்தில் வளர்கிறது,
எனவே நீயும் வளர்கிறாய்.
அது உன் ரத்தத்தில் இறந்துபோனால்
நீயும் இறந்துபோவாய்.

வாழ்க, விருந்தாளியே!

வாழ்க, விருந்தாளியே,
இது நல்ல நாள் ஆவதாக.

எனது கவிதை உருவானது
உனக்காக
யாருமற்றவருக்காக
எல்லாருக்காக

என்னை
நிம்மதியற்றவனாக விடும்படி
உன்னைக் கேட்டுக்கொள்கிறேன்,
அசாத்தியக் கடலுடன் வாழ்பவன் நான்
மௌனம் என்னை உறிஞ்சி உலர வைத்துவிடுகிறது.

ஒவ்வொரு நாளும் ஒவ்வொரு அலையுடன் நான் மரிக்கிறேன்
ஒவ்வொரு அலையிலும் ஒவ்வொரு நாளும் நான் மரிக்கிறேன்

ஆனால்
ஒருபோதும் அந்த நாள் இறப்பதில்லை
அது
ஒருபோதும் இறப்பதில்லை
அலையோ?
அதுவும் இறப்பதில்லை.

கேள்விகளின் புத்தகம்

I

ஏராளமான விமானங்கள் ஏன்
சொந்தக் குழந்தைகளைச் சுற்றி வட்டமிடுவதில்லை?

எந்த மஞ்சள் பறவை
அதன் கூட்டை எலுமிச்சைகளால் நிரப்புகிறது?

சூரியவெளிச்சத்திலிருந்து தேனை உறிஞ்ச
அவர்கள் ஏன் ஹெலிகாப்டர்களைப் பழக்குவதில்லை?

பௌர்ணமி நிலவு அதன் மாவுச் சாக்கை
இன்றிரவு எங்கே விட்டுப்போகும்?

கேள்விகளின் புத்தகம்

III

சொல், இந்த ரோஜா நிர்வாணமாக இருக்கிறதா?
இல்லை, அதன் உடையே அதுதானா?

மரங்கள் ஏன் தமது
வேர்களின் அழகை மூடிமறைக்கின்றன?

களவாடப்படும் வாகனத்தின்
புலம்பலை யார் கேட்பது?

மழையில் நனைந்துகொண்டு ஒரு இரயில் நிற்பதைவிட
சோகமான வேறு ஏதேனும் உண்டா?

கேள்விகளின் புத்தகம்

XXXIX

கடலின் சிரிப்பில்
நீ அபாயத்தை உணர்வதில்லையா?

பாப்பி மலரின் இரத்தப் பட்டில்
நீ அச்சுறுத்தலைக் காண்பதில்லையா?

ஆப்பிளில் மரணமடையவென்றே
நீ ஆப்பிள் மரங்கள் மலர்வதைப் பார்ப்பதில்லையா?

மறதியின் குப்பிகள் சிரிப்புடன் சூழ்ந்திருக்கும்போது
நீ அழுவதில்லையா?

கேள்விகளின் புத்தகம்

XLV

கானகத்தின் இந்த மஞ்சள்
சென்ற ஆண்டு இருந்ததுபோலத்தானா?

கருணையற்ற கடற்பறவை தனது
சுற்றுப் பயணத்தையே மீண்டும் நிகழ்த்துகிறதா?

எது வெளி முடியுமிடமோ
அது மரணமா? முடிவின்மையா?

இடுப்பில் அதிகமாகக் கனப்பது
துக்கமா? நினைவுகளா?

எல்லோரையும் அலுப்படையச் செய்ய ஒரு சோகப்பாடல்

இரவு முழுவதும்
என் வாழ்க்கையை வீணாக்கிக்கொண்டிருந்தேன்
எதையோ எண்ணிக்கொண்டு
பசுக்களையல்ல
பவுண்டுகளையல்ல
ஃப்ராங்குகளையல்ல
டாலர்களையல்ல
அதுபோன்ற எதையுமல்ல, அல்ல.

இரவு முழுவதும்
என் வாழ்க்கையை வீணாக்கிக்கொண்டிருந்தேன்
எதையோ எண்ணிக்கொண்டு
கார்களையல்ல
பூனைகளையல்ல
காதலர்களையல்ல, அல்ல.

வெளிச்சத்தில் என் வாழ்க்கையை வீணாக்கிக்கொண்டிருந்தேன்
எதையோ எண்ணிக்கொண்டு
புத்தகங்களையல்ல
நாய்களையல்ல
எண்களையல்ல, அல்ல.

இரவு முழுவதும் நிலவை வீணாக்கிக்கொண்டிருந்தேன்
எதையோ எண்ணிக்கொண்டு
முத்தங்களையல்ல
பெண்களையல்ல
மெத்தைகளையல்ல, அல்ல.

இரவை அலைகளில் வீணாக்கிக்கொண்டிருந்தேன்
எதையோ எண்ணிக்கொண்டு
குப்பிகளையல்ல

பற்களையல்ல
கோப்பைகளையல்ல, அல்ல.

நான் சமாதானத்தை
யுத்தத்தில் வீணாக்கிக்கொண்டிருந்தேன்
எதையோ எண்ணிக்கொண்டு
இறந்தவர்களையல்ல
பூக்களையல்ல, அல்ல.

நான் பூமி மீது மழையை வீணாக்கிக்கொண்டிருந்தேன்
எதையோ எண்ணிக்கொண்டு
சாலைகளையல்ல
பாடல்களையல்ல, அல்ல.

நான் நிலத்தை நிழலில் வீணாக்கிக்கொண்டிருந்தேன்
எதையோ எண்ணிக்கொண்டு
ரோமங்களையல்ல
சுருக்கங்களையல்ல
இழப்புகளையல்ல, அல்ல.

நான் வாழ்க்கையில் மரணத்தை வீணாக்கிக்கொண்டிருந்தேன்
எதையோ எண்ணிக்கொண்டு
அது சாத்தியமா, எனக்கு நினைவில்லை, இல்லை.

நான் மரணத்தில் வாழ்க்கையை வீணாக்கிக்கொண்டிருந்தேன்
எதையோ எண்ணிக்கொண்டு
அது இழப்பா தாராளமா?
எனக்குத் தெரியாது
பூமிக்கும் தெரியாது.

உண்மை, தோழரே, இது தோட்டங்களின் நேரம்

உண்மை, தோழரே, இது தோட்டங்களின் நேரம்
அந்த நேரமும் ஆயுதங்களின் கைவசம்.
ஒவ்வொரு நாளும்
பூக்களிலிருந்தோ
இரத்தத்திலிருந்தோ தொடர்கின்றன.

நமது காலம்
ஒப்பந்தத்துக்கு நம்மைச் சரணடையச் செய்கிறது:
மல்லிகைக் கொடிகளுக்கு நீர்பாய்ச்சவோ
இருண்ட தெருவில் ரத்தம் சிந்தவோ நிர்ப்பந்திக்கிறது.

பழக்கமோ வலியோ
உறைந்த பிரதேசங்களுக்கும் முணுமுணுக்கும்
தீக்கனல்களிடமும்
நம்மை விரட்டுகிறது.
ஆனால்
நமக்கான தேர்வு ஒருபோதுமில்லை அங்கே.

ஒரு காலத்தில்
புனிதர்களின் புறவழிச்சாலைகளாகவிருந்த
சொர்க்கத்தின் பாதைகள்
இப்போது நிபுணர்களால் நெரிசலாகிவிட்டன.

குதிரைகள் ஏற்கனவே மறைந்துவிட்டன.
கதாநாயகர்கள் தவளைபோலத் தத்துகிறார்கள்
கண்ணாடிகள் வெறுமையை எதிரொளிக்கின்றன
ஏனெனில்
விழா வெறேங்கோ நடக்கிறது.
நாம அழைக்கப்படாதவர்கள்
கதவு அறைந்து சாத்தப்படுவது

எனவே,
இது என் கடைசி அழைப்பு
எனது மணியின் பத்தாவது துல்லியமான முழக்கம்.
தோழரே,

தோட்டத்துக்கு, வெளிறிய லில்லிப்பூவுக்கு
ஆப்பிள் மரத்துக்கு, மாமிசத்தின் பிடிவாதத்துக்கு,
எலுமிச்சை மரங்களின் வாசனைக்கு,
யுத்தத்தின் இறுதிக்கெடுவுக்கு
இதுவே என் கடைசி அழைப்பு.

மெலிந்த தேசம் நம்முடையது,
அதன் கத்தியின் நிர்வாணவிளிம்பில்
நமது நைந்த கொடி பறக்கிறது.

மாபெரும் மூத்திரக்குடுக்கை

மாபெரும் மூத்திரக்குடுக்கை
மஞ்சள் நிறமானவராக இருந்தார்.

வானிலிருந்து நீரோட்டம்
தேவாலய கோபுரக்கலசங்கள் மீதும்
கார்களின் கூரைகள் மீதும்
கல்லறைகள் மீதும்
பொதுமக்கள் கூட்டத்தின் மீதும்
அவர்களது தோட்டங்கள் மீதும்
வெண்கல நிற மழையாக
வழிந்திறங்கியது.

யார் அது? எங்கிருந்து அது?

ஒரு குதிரையிடமிருந்து வழிந்த
அடர்த்தியான கனமான திரவமாக இருந்தது அது.
குடையில்லாத வழிப்போக்கர்களை
வானம்பார்த்து மிரளவைத்தது.
அதற்கிடையே
சாலைகள் நிரம்பின
கதவுகளுக்கடியில் மூத்திரம் அபரிமிதமாகப் பெருக்கெடுத்தது.
சாக்கடைகளை மூழ்கடித்தது
பளிங்குக்கல் தரைகளையும்
தரைவிரிப்புகளையும்
படிகளையும் அலங்கோலமாக்கியது

எதையும் கண்டுபிடிக்க முடியவில்லை
எங்கிருந்து இந்த அபாயம்?

இந்த உலகத்துக்கு
என்ன நேரப்போகிறது?

உன்னதங்களில்
மாபெரும் மூத்திரக்குடுக்கை மௌனமாக இருந்தார்
மூத்திரம் பெய்துகொண்டிருந்தார்.

எதைக் குறிக்கிறது இது?

*நானோ சோகைபிடித்த
கலையுணர்வற்ற கவிஞன்,
புதிர்களை அவிழ்ப்பதோ
பிரத்தியேகக் குடைகளைப் பரிந்துரைப்பதோ
என் வேலையல்ல.*

*உங்களுக்கு என் வாழ்த்துக்கள்
யாரும் என்னை
கேள்வி கேட்காத தேசத்துக்கு
போகிறேன் நான்.*

ஒளிமயமான நகரத்தை நோக்கி

1971 டிசம்பர் 13 ஆம் நாள் நோபல் இலக்கிய விருதைப்
பெற்றுக் கொண்டு நெரூதா நிகழ்த்திய ஏற்புரை

எனது உரை ஒரு நீண்ட பயணமாக அமையலாம். தொலைவாகவும் பூமிக்கு நேர் மறுபக்கத்திலுமுள்ள பிரதேசங்களில் நான் மேற்கொண்ட பயணம். எனினும் அந்தப் பிரதேசங்கள் ஸ்காண்டிநேவிய நிலக்காட்சியுடனும் தனிமையுடனும் சமானம் கொண்டவை. எனது நாடு தென்கோடி வரை பரந்திருப்பதையே குறிப்பிடுகிறேன். இந்தக் கோளத்தின் பனிபடர்ந்த வடதுருவத்தில் தலைவைத்துக் கிடக்கும் ஸ்வீடனின் புவியியலை நினைவுகூரும் போது சிலி நாட்டவரான நாங்கள் தென்துருவத்தைத் தொடும் எல்லைகளின் தூரம் கொண்டவர்கள்.

ஏற்கனவே மறதிக்குள் சரிந்துபோன நிகழ்வுகளுக்குச் சாட்சியான எனது சொந்த நாட்டின் விரிந்த பகுதிகளில் நான் பயணம் செய்ய நேர்ந்தது. அர்ஜென்டீனாவைத் தொட்டு நிற்கும் எல்லையைக் காண ஆண்டீஸ் மலைத் தொடரைக் கடந்து செல்ல நிர்ப்பந்திக்கப் பட்டிருந்தேன். அடையக் கடினமான இந்தப் பிரதேசங்களைப் பெருங்காடுகள் ஒரு சுரங்கம்போல ஆக்கியிருந்தன. எங்களது பயணம் ரகசியமானதாகவும் தடைசெய்யப்பட்டதாகவும் இருந்தது வழிகாட்ட மிக மங்கலான அடையாளங்களே இருந்தன. நானும் எனது நான்கு கூட்டாளிகளும் குதிரைகள்மீது பயணம் செய்தோம். தொல்லை தரும் வழிகளினூடே பெரும் மரங்களின் தடையை விலக்கி, கடக்க முடியாத ஆறுகளையும் அடர்ந்த மலைச் சரிவுகளையும் பனிமூடிய விரிந்த நிலப்பரப்புகளையும் விலக்கி எனது சுதந்திரமான அடைக்கலப் பகுதியைத் தேடிக் குருட்டுத்தனமாகப் பயணம் செய்தோம். காட்டின் அடர்ந்த

இலைகளுக்கு நடுவில் வழியை எப்படி உருவாக்குவது என்பதில் என் சகபயணிகள் தேர்ச்சி பெற்றிருந்தார்கள். மேலும் பாதுகாப்பாக உணர்வதற்காக வழியெல்லாம் மரப்பட்டைகளில் கத்தியால் வெட்டி அடையாளமேற்படுத்தினார்கள். என்னை எனது விதியின் தனிமையில் விட்டுவிட்டுத் திரும்பும்போது அவர்கள் வழி தவறாமலிருக்க அந்த ஏற்பாடு.

முடிவற்ற தனிமை, மரங்களின் பசுமையும் வெண்மையுமான மௌனம், சுருண்ட படர்ந்த பெரும் புதர்க்கொடிகள், நூற்றாண்டுகளாகப் படிந்துபோன மண்படலங்கள் ஆகியவற்றுக்கிடையிலும் எங்களது முன்னேற்றத்துக்கு திடீர்த் தடைகளாக அரைகுறையாக ஒடிந்து விழுந்திருக்கும் மரக்கிளைகளுக்கு மத்தியிலும் நாங்கள் ஒவ்வொருவராக முன்னோக்கி நடந்தோம். இயற்கையின் ஆச்சரியமும் மர்மமுமான உலகிலிருந்தோம். அதே சமயம், பனியும் குளிரும் எங்களை வதைத்தன. தனிமை, அபாயம், மௌனம், எங்களது கடமையின் அவசரம் அனைத்தும் ஒன்றாயின.

கடத்தல்காரர்களும் குற்றவாளிகளும் பயன்படுத்தியிருக்கக் கூடிய மங்கிய அடையாளங்களுள்ள தடங்களை சிலசமயம் பின் தொடர்ந்தோம். அவர்களில் பெரும்பாலானோர் குளிர்காலத்தின் பனிக் கைகளால் கொல்லப்பட்டிருக்கலாம். ஆண்டீஸ் மலையிலிருந்து திடீரென்று சீறியடித்த சூறாவளியும் பனிப் புயல்களால் சூழப்பட்டு ஏழடுக்குள்ள வெண்மைக்குள் புதையுண்டிருக்கலாம்.

மனித நடமாட்டம் வஞ்சிக்கப்பட்ட அறிகுறிகளை நான் அந்தத் தடத்தின் இருபுறமுமிருந்த கானகத் தனிமையில் கண்டேன். அநேக பனிக்காலங்களைக் கடந்த மரக்கிளைகள் குவிந்து கிடப்பதையும் அந்த வழியே போன நூற்றுக்கணக்கானவர்கள் சடங்கு நிறைவேற்றிய அடையாளங்களையும் இலக்கை அடைவதற்கு முன்பே தோல்வியுற்று மண்ணுக்குள் ஒடுங்கிப் போனவர்கள் புதைக்கப்பட்ட மண்மேடுகளையும் அவற்றின் மேல் நடப்பட்ட மரக்கொம்புகளையும் பார்த்தேன். என் தோழர்களும் அவற்றின் மீது மரக் கொம்புகளை நட்டார்கள். வழி நடப்பவர்களின் தலையில் இடிக்கும் தாழ்ந்த கிளைகளைக் கத்தியால் வெட்டினார்கள். இலையுதிர்காலப் புயலில்

கடைசி இலைகளையும் உதிர்க்கும் ஓக் மரக்கிளைகளையும் வெட்டினார்கள். அநாமதேயப் பயணிகளின் பிணமேடுகள் ஒவ்வொன்றின் மேலும் நானும் கிளைகளை ஊன்றி வைத்தேன்.

நாங்கள் ஓர் ஆற்றைக் கடக்கவேண்டியிருந்தது. ஆண்டீஸ் மலைச் சிகரங்களில் தோன்றும் நீரோடைகள் வெறியோடு கீழ்நோக்கி, உயரங்களில் பெற்றிருந்த வன்முறை வேகத்துடன் பாய்ந்து கல்லையும் மண்ணையும் புரட்டுகிற அருவிகளாக மாறும். ஆனால், இந்த முறை அமைதியான, கண்ணாடிபோலத் தெளிந்த, இறங்கி நடக்கக் கூடிய நீர்ப்பரப்பையே நாங்கள் பார்த்தோம். குதிரைகள் தண்ணீரைத் தெறித்து முன்னேறின. ஆனால் சட்டென்று காலிடறி மறுகரை நோக்கி நீந்தத் தொடங்கின. என் குதிரை ஏறத்தாழ நீரில் மூழ்கவிருந்தது. நானும் பிடி தளர்ந்து மூழ்கி எழுந்தேன். என் கால்கள் நிலைகொள்ளப் போராடின. குதிரை நீர்மட்டத்துக்கு மேலே தலையை நீட்டிப் போராடியது. ஒருவாறு கரையேறினோம். சிரமப்பட்டு மறுகரையை அடைந்ததும் இவற்றிலெல்லாம் அனுபவமுள்ள என் சக பயணிகள் சிரிப்பை மறைத்துக்கொண்டு கேட்டார்கள்:

"நீங்கள் பயந்துவிட்டீர்களா?"

"மிகவும் பயந்து போனேன். என்னுயை முடிவு காலம் நெருங்கி விட்டதென்றே நினைத்தேன்" என்றேன்.

"சுருக்குப்போட்ட கயிறுகளுடன் நாங்கள் உங்களுக்குப் பின்னாலேயே இருந்தோம்" என்றார்கள்.

அவர்களில் ஒருவன் "அதோ, அங்கேதான் என் தகப்பனார் தவறி விழுந்து வெள்ளத்தோடு அடித்துப் போகப்பட்டார். உங்களுக்கு அப்படி எதுவும் நேரவிட்டிருக்க மாட்டோம்" என்றான்.

இயற்கையான ஒரு சுரங்கத்தின் முன்னால் வந்து சேர்ந்தோம். கம்பீரமான மலையைக் குடைந்தோடி மறைந்துபோன நதியாலோ, இந்த மலைச்சிகரங்கள் தோன்றியபோது ஏற்பட்ட பூகம்பத்தாலோ, பாறை பிளந்தோ அந்தக் கருங்கல் சுரங்கம் உருவாகியிருக்கலாம். சில அடிகள் எடுத்து வைத்ததுமே மேடும் பள்ளமுமான அந்தக் கற்பரப்பில் எங்கள் குதிரைகள்

தடுமாறின. அவற்றின் கால்கள் மடங்கின. இரும்பு லாடங்களிலிருந்து தீப்பொறிகள் பறந்தன. குதிரை வாயிலிருந்தும் முட்டிகளிலிருந்தும் இரத்தம் கொட்டியது எனினும், நீண்டதும் கடினமானதும் ஆனால், அற்புதமானதுமான அந்த வழியில் நாங்கள் தொடர்ந்து சென்றோம்.

அந்தப் புராதன வனத்தில் எங்களுக்காக ஏதோவொன்று காத்துக் கொண்டிருந்தது. ஒரு மாயக்காட்சிபோல, பாறைக் கூட்டங்களுக்கு நடுவில் திடீரென்று ஓர் அழகிய புல்வெளியை வந்தடைந்தோம். தெளிந்த நீர், பசுமையான புல், காட்டு மலர்கள், சலசலக்கும் அருவிகள், நீல ஆகாயம், இலைகளால் தடுக்கப்படாத ஏராளமான வெளிச்சம்.

ஒரு புனிதத் தலத்துக்கு வந்துசேர்ந்த விருந்தாளிகள் போலிருந்தோம் ஒரு மந்திர வட்டத்துக்குள் நிற்பதுபோல நின்றிருந்தோம். அங்கே நான் பங்கேற்ற சடங்குக்கும் ஒரு புனிதமான பின்னணியிருந்து, மாடு மேய்ப்பவர்கள் குதிரைகள் விட்டிறங்கினார்கள். அந்த இடத்தின் மையத்தில் ஓர் எருதின் மண்டையோடு இருந்தது. ஆட்கள் மௌனமாக ஒருவர் பின் ஒருவராக நடந்து மண்டையோட்டின் கண்குழிகளில் நாணயங்களையும் உணவுப் பொருள்களையும் வைத்தார்கள். வழி தொலைதத பயணிகளுக்காக நடத்தப்பட்ட இந்த தியாகச் சடங்கில் நானும் பங்கேற்றேன். எல்லாவிதமான அகதிகளுக்கும் அந்த எருதின் கண்குழிகளிலிருந்து உணவும் ஆறுதலும் கிடைக்கும்.

ஆனால், அந்த மறக்க முடியாத சடங்கு அத்துடன் நிறைவடைந்து விடவில்லை. எனது தோழர்கள் தொப்பியைக் கழற்றி விநோதமாக நடனமாட ஆரம்பித்தார்கள். அவர்களுக்கு முன்பே அங்கே வந்த ஏராளமானவர்கள் விட்டுப்போன காலடிச் சுவடுகளின் வட்டத்துக்குள் நகர்ந்தார்கள். நான் அறிந்தேயிராத எனது கூட்டாளிகளின் அருகாமையிலிருக்கும் போது ஒன்றைத் தெளிவற்று உணர்ந்தேன். அறியாத மனிதர்களுக்கிடையிலும் பரஸ்பரத் தொடர்புண்டு. இந்த உலகத்தின் நீண்ட தொலைவிலும் தனிமையிலும் கூட ஓர் அக்கறை. ஒரு வேண்டுகோள், ஒரு பதில் எல்லாமுண்டு.

தொடர்ந்து பயணம் செய்து என் தாய்நாட்டிலிருந்து என்னைப் பல்லாண்டுகள் விலக்கி நிறுத்திய எல்லையை அடைந்தோம். இரவில் மலைகளுக்கு இடையிலுள்ள கடைசிக் கணவாய்க்கு வந்து சேர்ந்தோம். மனித நடமாட்டத்தின் நிச்சய அடையாளமான நெருப்பு வெளிச்சத்தைச் சட்டென்ற பார்த்தோம். நெருங்கிச் சென்றபோது அரைகுறையாக இடிந்திருந்த கட்டிடங்களையும் புறக்கணிக்கப்பட்டது போன்ற குடில்களையும் கண்டோம். அவற்றில் ஒன்றில் நுழைந்தோம். தரையின் மையத்தில் மரக்கிளைகள் பிரகாசமாக எரிந்துகொண்டிருந்தன. பெரும் மரங்களின் சடலங்கள் இரவு பகலாக எரிந்து கொண்டிருந்திருக்க வேண்டும். அதிலிருந்து எழுந்த புகை மேற்கூரையின் துளைகள் வழியாக வெளியேறி இருட்டில் கருநீலத் திரையாகப் படர்ந்தது. அந்த மலைவாசிகள் சேகரித்து வைத்திருந்த பாலாடைக்கட்டிக் குவியல்களையும் அங்கே பார்த்தோம். நெருப்பருகில் ஏராளமான ஆட்கள் சாக்கு மூட்டைகள் போல உட்கார்ந்திருந்தார்கள். அந்த அமைதியில், தீக்கனல்களிலிருந்தும் இருட்டிலிருந்தும் பிறந்த கித்தாரின் இசைக் கீற்றுகளையும் பாடலின் சொற்களையும் வேறுபடுத்திக் கேட்க முடிந்தது. எங்கள் பயணத்தில் நாங்கள் கேட்ட முதலாவது மனித ஓசை. காதலின் பாட்டாகவும் தொலைவின் பாட்டாகவும் இருந்தது. தொலைதூரத்திலிருந்து வசந்தத்துக்கு ஏங்கும் காதலின் அழுகுரலாக இருந்தது. நாங்கள் கடந்து வந்த நகரங்களில் வாழ்வின் அபார விரிவுக்கு ஏங்கும் பாடலாக இருந்தது. இந்த மனிதர்களுக்கு நாங்கள் யாரென்று தெரியாது. எங்கள் பயணம் பற்றி எதுவும் தெரியாது. என் பெயரையோ என் கவிதையையோ அவர்கள் ஒருபோதும் கேட்டிருக்க முடியாது. அல்லது ஒருவேளை தெரிந்திருக்கலாம். எங்களையும் தெரிந்திருக்கலாம். அந்த நெருப்பருகில் நாங்கள் அமர்ந்து அவர்களுடன் சேர்ந்து பாடினோம்; உணவருந்தினோம்; இருளில் ஏதோ பூர்விக அறைகளுக்குள் நுழைந்தோம். அவற்றினூடே ஒரு வெந்நீர் ஓடை பாய்ந்துகொண்டிருந்தது. அந்த எரிமலை நீரில் நீராடினோம். மலைத் தொடர்களிலிருந்து ஊற்றெடுத்த வெம்மை. அது எங்களைத் தன் மார்போடு தழுவிக் கொண்டது.

நாங்கள் குதூகலமாக நீரை வாரியிறைத்தோம். குட்டிக்கரணம் போட்டோம். நீண்ட குதிரைச் சவாரியின் பாரத்திலிருந்து எங்களை விடுவித்துக்கொண்டோம். விடியற்காலையில், என்னை

என் சொந்த நாட்டிலிருந்து மறைக்கப்போகும் சில மைல் தூரப் பயணத்துக்கு உற்சாகமாகவும் புதிதாகப் பிறந்ததுபோலவும் ஞானஸ்நானம் பெற்றுக் கொண்டது போலவும் ஆயத்தமானோம். புதிய காற்றை நிரப்பிக் கொண்டு, எனக்காகக் காத்திருக்கும் உலகத்தின் நெடும்பாதைக்கு எங்களை இட்டுச்செல்லும் புதிய சக்தியுடன் பாட்டுப் பாடிக்கொண்டு குதிரைகளை ஓட்டினோம். மலைவாசிகளுக்கு அவர்களது பாட்டுக்காக, வழங்கிய உணவுக்காக, தங்கவும் கிடந்துறங்கவும் இடமளித்ததற்காகவும் எங்கள் பயணத்தின் நடுவில் எதிர்பாராத சொர்க்கவாசத்தைத் தந்ததற்காகவும் நன்றியாகச் சில நாணயங்களைக் கொடுத்தபோது அவர்கள் அதை எற்க மறுத்தனர். அது எனக்கு நன்றாக நினைவிலிருக்கிறது. அவர்கள் எங்களுக்கு உதவினார்கள். ‘அவ்வளவுதான்’ இந்த அமைதியான ‘அவ்வளவுதானி’ல் புரிந்துகொள்ள வேண்டிய பலவும் மறைந்திருக்கிறன்றன. ஒருவேளை ஓர் அங்கீகாரம், ஒருவேளை இணையான கனவுகள்.

கவிதையாக்கத்துக்கான செய்முறைக் குறிப்பு எதையும் நான் புத்தகங்களிலிருந்து கற்றுக்கொள்ளவில்லை. அதுபோலவே, என்னுடைய முறை வரும்போது உருவத்தைப் பற்றியோ நடையைப் பற்றியோ — புதிய கவிஞர்களுக்கு அக நோக்கு வழங்கும் — அறிவுரைகள் கூறுவதையும் தவிர்ப்பேன். இந்த உரையில் நான் கடந்தகால சம்பவங்களை விவாதிப்பதற்கும், அதிலிருந்து முற்றிலும் வேறுபட்ட ஒரு நிகழ்ச்சியை இப்போது வெளிப்படுத்துவதற்கும் காரணம். என் வாழ்க்கைக்குத் தேவையான பின் துணையை எப்போதும் எங்கும் நான் கண்டடைகிறேன் என்பதால் தான், என்னை எனது சொற்களில் இறுகச் செய்வதல்ல, மாறாக என்னை எனக்கே விளக்குவதுதான் அந்த சூத்திரம்.

இந்த நீண்ட பயணத்தில் கவிதை உருவாக்கத்துக்கான மூலப் பொருள்களை நான் கண்டடைந்திருக்கிறேன். மண்ணிலிருந்தும் ஆன்மாவிலிருந்தும் நன்கொடைகள் பெற்றுக் கொண்டிருக்கிறேன். அற்ப ஆயுள் கொண்டதானாலும் மகத்தானதானாலும் கவிதை ஒரு செயல்பாடு என்றே நம்புகிறேன். தனிமையும் சமத்துவமும் உணர்ச்சியும் நடவடிக்கைகளும் தன் விருப்பமும் மனித இனத்தோடும் இயற்கையின் வெளிப்பாடுகளோடும் உள்ள வாஞ்சையும் சமபங்காளிகளாகக் கவிதைக்குள் நுழைகின்றன.

மனிதன் அவனது நிழல், மனிதன் அவனது இயல்பு, மனிதன் அவனது கவிதை - இவை எல்லாவற்றையும் நிலை நிறுத்துவது விரிவடைந்து கொண்டேயிருக்கும் சமூக உணர்வுதான் என்று நிச்சயமாகக் கருதுகிறேன். நமக்குள்ளிருக்கும் கனவுகளையும் எதார்த்தங்களையும் எப்போதும் இணைக்க மேற்கொள்ளும் முயற்சிதான். உண்மையில் கவிதை இந்த மாதிரியாகத்தான் அவற்றை இணைக்கிறது. கலக்கிறது. எனவேதான், பல்லாண்டுகளுக்குப் பின்னரும் அச்சுறுத்தும் ஆற்றைக் கடந்தபோதோ, எருதின் மண்டையோட்டைச் சுற்றி நடனமாடியபோதோ, உயர்ந்த மலைச் சிகரங்களிலிருந்து விழுந்த சுத்திகரிப்பு நீரில் குளித்தபோதோ நான் கற்றுக்கொண்ட பாடங்கள் என்னவென்று என்னால் சொல்லமுடிவதில்லை. அந்தப் பாடங்கள் மற்றவர்களுடன் பங்கிடுவதற்காக என்னுள்ளிருந்து ஊற்றெடுத்தவையா அல்லது பிறரிடமிருந்து கட்டளையாகவோ புகாராகவோ வெளியே வந்த செய்திகளா? நான் அனுபவித்தவையா? நானே உருவாக்கியவையா? அது கவிதையா? உண்மையா? எதுவும் எனக்குத் தெரியாது. இப்போது அனுபவிக்கும் கவிதையும் பின்னர் வரிகளாக மாறும் அனுபவங்களும் தற்காலிகமானவையா? நிரந்தரமானவையா? என்பதும் தெரியாது.

நண்பர்களே, இவற்றிலிருந்து ஒரு கவிஞன் மற்றவர்களிடமிருந்து கற்றுக்கொள்ள வேண்டியிருக்கிறது என்ற அக நோக்கு உருவாகிறது. ஊடுருவிச் செல்லமுடியாத தனிமையில்லை. எல்லா வழிகளும் ஒரே இலக்கை நோக்கியே செல்கின்றன. நாம் என்னவாக இருக்கிறோம் என்பதைத் தெரிவிக்கும் இலக்கு, வசீகரமான அந்த இடத்தைச் சென்றடைய தனிமையினூடேயும் சிரமங்களினூடேயும் பயணம் மேற்கொள்ள வேண்டும். அந்த இடத்தில் நாம் நடனமாடலாம்; துக்கம் நிறைந்த பாடல்களைப் பாடலாம். நாம் அனைவரும் மனிதர்கள், நம் எல்லோருக்கும் பொதுவான விதியிருக்கிறது என்ற நம்பிக்கையில் உருவான தொன்மையான சடங்கில் அந்த நடனமும் பாடலும் அடங்கியிருக்கின்றன.

சிலரோ பலரோ என்னைப் பிரிவினையாளன் என்று கருதுவதும் அதன் காரணமாக நட்பு, கடமை போன்றவற்றின் பொது மேஜையில் நான் விலக்கப்படுவதும் உண்மை. எனினும் நான்

என்னைத் தற்காத்துக்கொள்ள விரும்பவில்லை. ஏனெனில் குற்றச்சாட்டும் தற்காப்பும் கவிஞனின் கடமைகளைச் சேர்ந்தவையல்ல என்று நம்புகிறேன். ஒரு கவிஞன் சக கவிஞன் மீது குற்றம்சாட்டவும், மற்றொரு கவிஞன் காரணமுள்ளதும் காரணமற்றதுமான குற்றச்சாட்டுகளுக்குப் பதிலளிக்க வாழ்நாளை வீணாக்கவும் முற்படும்போது அகந்தை தவறான வழிகளுக்கே இட்டுச் செல்லுமென்று நான் நம்புகிறேன். கவிதையின் எதிரிகளைத் தேட வேண்டியது கவிதை வாசகர்கள் மத்தியிலோ கவிதைப் பாதுகாவலர்கள் மத்தியிலோ அல்ல, கவிஞனின் அவநம்பிக்கையில்தான். மறக்கப்பட்டவர்களும் சுரண்டப்படுபவர்களுமான சமகால மனிதர்களுக்குப் புரியும்விதம் எழுதவியலாத கவிஞனின் திறமைக் குறைவுதான் கவிதையின் எதிரி. எல்லாக் காலத்தையும் எல்லா நாடுகளையும் சேர்ந்த எல்லாக் கவிஞர்களுக்கும் இது பொருந்தும்.

கவிஞன் ஒரு 'சிறுதெய்வம்' அல்ல. இல்லை, அவன் 'சிறுதெய்வம்' அல்ல, வேறுவிதமான கைவினையோ தொழில்களோ செய்பவரிலிருந்து மாறுபட்ட பூடகமான விதியால் தேர்ந்தெடுக்கப் பட்டவனல்ல. நமக்கான அன்றன்றைய அப்பத்தைத் தயாரிப்பவனையே நான் மிகச் சிறந்த கவிஞனாகக் கருதுகிறேன். அப்பக்காரன் தன்னைக் கடவுளாகக் கற்பனை செய்து கொள்வதில்லை. அபாரமான திறமையோ தகுதியோ தனக்கிருப்பதாகத் தருக்கிக் கொள்வதில்லை. மாவைப் பிசைந்து அப்பம் தயாரித்து பொன்னிறமாகப் பக்குவப்படுத்தியெடுத்து சகமனித உணர்வுடன் நமக்குப் பரிமாறுகிறான். இந்த எளிய உணர்வைப் பெறுவதில் கவிஞன் வெற்றியடைந்தால் படைப்பாக்கத்துக்கான உந்துதலாக இதை மாற்றிக்கொள்ள முடியும். மனித இனத்தின் சூழல்களை மாற்ற, அப்பம், உண்மை, மது, கனவு போன்ற மனித உற்பத்திகளைப் பகிர்ந்துகொள்ள எளிமையும் சிக்கலுமான சமூக உருவாக்கத்தில் தன்னையும் உட்படுத்திக் கொள்ள இது காரணியாகலாம். ஒருபோதும் முழுமையடையாத இந்தப் போராட்டத்தில் கவிஞனும் கைகோர்க்கவேண்டும். அவனது செயல்பாடும் மென்மையும் சகல மனிதர்களின் சகல நடவடிக்கைகளிலும் பரவ வேண்டும். வியர்வையில், அப்பத்தில், மதுவில், மனித இனத்தின் முழுக் கனவில் கவிதையும் கவிஞனும் பங்காளிகளாக வேண்டும். சாதாரண மக்களுடன் தவிர்க்க முடியாத வகையில்

கொள்ளும் தொடர்புகளால் மட்டுமே, ஒவ்வொரு காலத்திலும் சிறிதுசிறிதாகக் கவிதை இழந்துவரும் மகத்துவத்தையும் திருப்பியளிக்க முடியும்.

இறுதியான உண்மைக்கு என்னைக் கொண்டுசெல்லும் தவறுகளும் மறுபடியும் தவறுகளுக்கு இட்டுச்செல்லும் உண்மைகளும் எனது வழியைக் கண்டடைய என்னை அனுமதிக்கவில்லை. நான் அதற்கு ஒருபோதும் உரிமை கொண்டாடுவதுமில்லை. இலக்கிய உச்சங்களை எட்ட என்னால் முடிந்ததில்லை. எனினும் ஒன்றைப் புரிந்துகொண்டேன். நமது தொன்மத்தை உருவாக்குவதன் மூலமே நாம் நமது ஆன்மாவில் ஒளியேற்றிக்கொள்ள முடியும். நாம் பயன்படுத்துவதும் பயன்படுத்த ஆசைப்படுவதுமான பொருள்களிலிருந்தே நமது வளர்ச்சிக்கும் எதிர்காலத்தின் வளர்ச்சிக்கும் தடைகள் உருவாகின்றன. நம்மைச் சுற்றியுள்ள எல்லாவற்றைப் பற்றியும் மாற்றத்தின் வழிகளைப் பற்றியும் நாம் அறிந்திருக்கிறோம். வாழ்க்கையை வளர்ச்சியும் மலர்ச்சியும் பெறச் செய்வதற்குப் பதிலாக எது உயிர்ப்புள்ளதோ அதைக் கொன்றழிக்கிறோம் என்பதைத் தாமதமாகவே புரிந்துகொள்கிறோம். ஓர் உண்மையை நிர்ப்பந்தித்துக் கொள்கிறோம்.

கட்டிடத்தை நிர்மாணிப்பதை நமது கடமையாகக் கருதி ஆயத்தமான பின்னர் கட்டிடம் கட்டப்படாமற்போயின் செங்கற்கள் பாரமாக மாறுவதுபோல, நாம் ஏற்றுக்கொண்ட உண்மையும் (எதார்த்தம்) சுமையாகிவிடுகிறது. கவிதையைச் சிலருக்கு மட்டுமே புரியக்கூடிய அற்பமான வழிபாட்டுப் பொருளாக மாற்றிவிட்டால், இலையும் சேறும் மேகமாகக் குழம்பிய சதுப்பு நிலத்தில் நமது கால்கள் அமிழ்ந்து போகும்; கருத்துத் தொடர்பு சாத்தியமாகாமல் மூச்சுத் திணற நேரும்.

மிக நீண்ட தொலைவிலிருக்கும் அமெரிக்கப் பகுதி எழுத்தாளர்களைப் பொறுத்தவரையில், பிரத்தியேகமான பொறுப்பை அவர்கள் நிறைவேற்ற வேண்டியிருக்கிறது. இரத்தமும் சதையுமான மனிதர்களின் அழைப்புக்குத் தொடர்ந்து செவிசாய்க்க வேண்டியிருக்கிறது. அந்தப் பெரும் இடைவெளியை நிறைவு செய்யும் பொறுப்பைக் குறித்து நாங்கள் உணர்ந்திருக்கிறோம். அநீதியும், தண்டனைகளும்,

சித்திரவதைகளும் நிறைந்த இந்த வெற்று உலகத்தில் விமர்சனபூர்வமான தொடர்பு இன்றியமையாதது என்றும் புரிந்துகொள்கிறோம். சிதிலமான தொல்லியல் சின்னங்களிலுள்ள சிலைகளிலும் அமைதியாக விரிந்து கிடக்கும் சமவெளியிலும் அடர்ந்த புராதன வனங்களிலும் இடி முழக்கத்துடன் ஓடும் நதிகளிலும் உறங்கிக்கொண்டிருக்கும் கனவுகளை விழித்தெழச்செய்யும் பொறுப்பை உணர்கிறோம். ஊமையான ஒரு கண்டத்தின் தொலைவிடங்களைச் சொற்களால் நிரப்ப வேண்டும். கற்பனைக் கதைகள் உருவாக்கிப் பெயரிடும் எத்தனத்தில் நாங்கள் போதையடைகிறோம். எனது எளிய முயற்சி இந்த வகையிலானது. மிகைக்கூற்றும் அற்புத நவிற்சியும் உணர்ச்சிப் பெருக்கும் முழக்கமும் ஓர் அமெரிக்கனின் மிகச் சாதாரணமான அன்றாட நடவடிக்கைகள் போலத்தான் எனக்கு, எனது ஒவ்வொரு கவிதையும் ஓர் அனுபவப் பொருளாக இருக்கத் தேர்ந்தெடுக்கப்பட்டவை. எனது எல்லாக் கவிதைகளும் பயன்பாட்டுக் கருவிகளாக உருவாக்கப்பட்டவை. எனது ஒவ்வொரு பாடலும் ஒன்றையொன்று சந்தித்துக்கொள்ளும் பாதைகளில் அடையாளம் காட்டியாகப் பணியாற்ற எத்தனிப்பவை. எனக்குப் பின்னர் வரும் வேறு எவரோ புதிய அடையாளங்களைச் செதுக்கிக்கொள்ளக் காத்திருக்கும் கல்லோ மரத்துண்டோதாம் அந்தப் பாடல்கள்.

கவிஞனின் பொறுப்புக்குப் பெரும் விளைவுகளைக கற்பிக்கும் போதும் சமூகத்தில் என்னுடைய இடத்தை நிர்ணயிக்கும்போதும் என் வாழ்க்கையில் சார்புநிலை மேற்கொள்ளுகிறேன். அநேக துரதிருஷ்டங்களையும் ஒற்றையான வெற்றிகளையும் மாபெரும் தோல்விகளையும் கண்டுதான் நான் இவ்வாறு தீர்மானித்தேன். அமெரிக்காவின் போராட்டங்களின் மத்தியில், மக்களின் ஒருங்கிணைந்த சத்தியுடன் இணைத்துக்கொள்வது, அந்த மக்களின் வாழ்வோடும் ஆன்மாவோடும் துயரங்களோடும் நம்பிக்கையோடும் இணைந்துகொள்வது என்பதைக் காட்டிலும் மானுடமான முயற்சி வேறில்லை என்று கண்டேன். மகத்தான மக்களோட்டத்திலிருந்தே எழுத்தாளர்களுக்கும் நாடுகளுக்கும் மாற்றங்கள் நிகழ முடியும். எனது இந்த நிலைப்பாடு கசப்புக்கும் நட்பார்ந்த எதிர்ப்புகளுக்கும் வழிகோலினாலும், கொடூரங்கள் தாண்டவமாடும் நமது நாடுகளில் ஓர் எழுத்தாளனுக்கு இதைத் தவிர வேறுவழியில்லை என்ற உண்மையையே காண்கிறேன்.

நமது கவிதைகளை வாசிக்காத அல்லது வாசிக்கவே தெரியாத, இப்போதும் எழுதத் தெரியாத அல்லது நமக்குக் கடிதமெழுதாத, கௌரவமோ, சொந்த நாட்டிலேயே வசதியோ பெறாத, இவை எதுவும் இல்லாததால் முழுமையான மனிதர்களாக ஆக இயலாதவர்கள் மீது அக்கறைகொள்ள இதைத் தவிர வேறு வழியில்லை. இருள் விலகி மலர்ச்சி ஏற்பட இதைத் தவிர வேறு வழியில்லை.

நூற்றாண்டுகளின் குற்றச்சாட்டுகளைச் சுமந்த மக்களின் தகர்ந்த வாழ்க்கைதான் நமக்குப் பாரம்பரியமாக வாய்த்திருக்கிறது. சொர்க்கவாசிகளாகவும் தூய்மையானவர்களாகவும் இருந்தவர்கள். தங்கள் திறமையின் அணிகலனாக கற்களாலும் உலோகங்களாலும் அற்புத கோபுரங்களை உருவாக்கியவர்கள் - காலனியாதிக்க சகாப்தங்களால் கொள்ளையடிக்கப்பட்டனர். வாயடைக்கப்பட்டனர்.

அது இன்னும் தொடர்கிறது. நமது உண்மையான வழிகாட்டும் நட்சத்திரங்கள் போராட்டமும் நம்பிக்கையும்தான். ஆனால் தனிப்பட்ட போராட்டம் என்றோ தனிப்பட்ட நம்பிக்கை என்றோ ஒன்றில்லை. தூரக் காலங்கள், பொறுமை, தவறுகள், துன்பங்கள், நமது காலத்தின் நெருக்கடிகள், வரலாற்றின் போக்கு - இவையனைத்தும் ஒவ்வொரு மனித வாழ்க்கையோடும் கலந்திருக்கின்றன. அமெரிக்கக் கண்டத்தின் நிலவுடைமை மரபின் இறந்தகாலத் தொடர்ச்சிக்காக நான் ஏதேனும் விதத்தில் பங்காற்றியிருந்தால் எனக்கு என்ன நேர்ந்திருக்கும்? இப்போது என் நாட்டில் நிகழ்ந்திருக்கும் மாற்றத்துக்கு சிறிய அளவிலாவது பங்களித்திருக்கிறேன் என்ற பெருமிதம்கொள்ள வாய்ப்பின்றிப் போனால் ஸ்வீடன் வழங்கிய அங்கீகாரத்தின் ஒளியில் நான் எப்படித் தலைநிமிர்ந்து நிற்கமுடியும்? அமெரிக்கக் கண்டத்தின் வரைபடத்தைப் பார்க்கிறேன். அதன் ஒளிமயமான பன்முகத் தன்மைக்கும் எங்களைச் சூழ்ந்திருக்கும் பரந்த நாடுகளின் கருணைக்கும் என்னைச் சமர்ப்பிக்கிறேன். அமெரிக்க மக்களிடமிருந்து கறுத்த கடவுளர் அபகரித்த இறந்த காலத்தின் அவமதிப்பையும் சூறையாடலையும் ஒப்புக்கொள்ள சில எழுத்தாளர்கள் தயங்குவது ஏன் என்று புரிந்துகொள்ள இது அவசியம்.

பொறுப்பைப் பங்கிடுவது என்ற கடினமான வழியையே நான் தேர்ந்தெடுத்தேன். தனிமனிதனைச் சூரியனாகவும் அமைப்பின் மையமாகவும் வழிபாடு செய்வதற்குப் பதில், கௌரவமான ஒரு படைக்கு, மிகப் பணிவுடன் எனது சேவையை வழங்கவே விரும்பினேன். இந்தப் படை அவ்வப்போது தவறுகளைச் செய்யலாம். ஆனால் இடைவிடாமல் முன்னேறிக் கொண்டிருக்கும், எதிரிகளின் காலத்துக்கொவ்வாத பிடிவாதத்துக்கும் சகிப்பின்மைக்கும் எதிராக ஒவ்வொரு நாளும் போராடிக்கொண்டிருக்கும். கவிஞன் என்ற நிலையில் எனது பொறுப்பு ரோஜா மலரோடும் வடிவப்பொலிவோடும் இனிமையான காதலோடும் முடிவற்ற ஆசையோடும் மட்டுமே நட்பைப் பேணுவதல்ல, என் கவிதையில் உள்ளடக்கியிருக்கும் தளராத மானுட நடவடிக்கைகளைப் பேணுவதும்தான்.

மகிழ்ச்சியற்றவனும் திறமையாளனும் நிராசை மிகுந்த ஆன்மாவுமான ஒரு கவிஞன் இன்றைக்குச் சரியாக ஒரு நூற்றாண்டுக்கு முன்பு தீர்க்கதரிசனமாக எழுதினான் ‘விடியலில் தகிக்கும் பொறுமையின் படையுடன் ஒளிமயமான நகரங்களுக்குள் நுழைவோம்.’

ஞானியான ரிம்போ*வின் தீர்க்க தரிசனத்தை நான் நம்புகிறேன். செங்குத்தான நில அமைப்பு காரணமாக, பிற நாடுகளிலிருந்து வேறுபட்ட நாட்டிலிருந்து, இருண்ட பிரதேசத்திலிருந்து வருபவன் நான். கவிஞர்களின் கூட்டத்தில் மிகத் தனிமையானவன். என் கவிதை நாட்டுப்புறத் தன்மையானது ஒடுக்கப்பட்டது. மழைப் பொழிவானது. எனினும் நான் மனிதன் மீது எப்போதும் நம்பிக்கை வைத்திருக்கிறேன். ஒருபோதும் நம்பிக்கையை இழந்ததில்லை என் கவிதையுடனும் என் கொடியுடனும் இவ்வுளவு தூரம் என்னால் வந்தடைய முடிந்ததும் ஒருவேளை இவை காரணமாகத்தான்.

இறுதியாக, நல்ல மனமுள்ளவர்களிடமும் தொழிலாளர்களிடமும் கவிஞர்களிடமும் ஒன்றைக் குறிப்பிட விரும்புகிறேன். ரிம்போவின் வரியில் முழுமையான எதிர்காலமே வெளிப்படுத்தப்பட்டிருக்கிறது.

* ரிம்போ – ஆர்தர்ரிம்போ (1854–1891) பிரெஞ்சு சிம்பலிசக் கவிஞர்.

தகிக்கும் பொறுமையுடன்தான், மானிடத்துக்கு வெளிச்சமும் நீதியும் கௌரவமுமளிக்கும் ஒளிமயமான நகரத்தை நம்மால் வென்றெடுக்க முடியும். அவ்வாறெனில், பாடிய பாடல் பாழாவதில்லை.

ஆதார நூல்கள்

1. *Pablo Neruda - Selected Poems* Ed. Nathaniel Tarn. penguin Books, London 1979.
2. *50 Modern European Poets* Ed. John Pilling Pan Books, London 1982.
3. *Isla Negra* Tr. Alastair Reid Souvenir Press, London 1982.
4. *Words in the blood* Ed. Jamake Highwater New American Library, Newyork 1984
5. *The Riverside Anthology of Literature* Ed. Dougles Hunt Houghton Mifflin companu, Boston 1988.
6. *Residence on Earth* Tr. Donald D Wash Souvenir Press Ltd, London 1993.
7. *The Heights of Macchu Picchu* Tr. Nathaniel Tarn Farrar Straus and Giroux, New York 1999.
8. *Contemporary World Poetry* Ed. J.D. Mc Clatchy Vintage Books, New York 1996.
9. *Pablo Neruda - Selected Poems Enlanged Edition* Ed. Nathaniel Tarn. Houghton Mifflin/Seymour lawrence, Boston 1990.
10. *Love*, Compiled by Francesca Gonshaw Harvil Press, London 1995.
11. *European Poems*, Ed. Regi Siriwardhane
12. *The Poem Itself*, Ed. Stanley Burnshaw Thomas Y Crowell company. 1976.
13. *Memoirs*, Tr. Hardie St. Martin Penguin Books, London 1981.

14. *Passions and Impressions.* Tr. Margaret Sayers Peden Ed. Matide Neruda & Miguel Otero Silva, Farrar Straus and Giroux, New York 1999.

15. *Neruda Walcott and Atwood - Poets of the Americas* Ed. Ajanta Dutt, Worldview Publicaiton, Delhi, 2004

16. *The Poetry of Pablo Neruda.* Ed. ILAN STAVANS Farrar Straus and Giroux, New York, 2003.

17. *The Essential Neruda,* Ed. Mark Eissener, City Lights Books. San Franvisco, 2004.

18. *Pablo Neruda - A passion for Life,* Adam Feinstein Bloomsburry, London, 2004.